महाराष्ट्रातील सर्व विद्यापीठांच्या पदवी अभ्यासक्रमानुसार व
स्पर्धा परीक्षांसाठी उपयुक्त

भूगोलशास्त्रातील संख्याशास्त्रीय पद्धती

(Statistical Methods in Geography)

डॉ. श्रीकांत कार्लेकर

डायमंड पब्लिकेशन्स

भूगोलशास्त्रातील संख्याशास्त्रीय पद्धती
डॉ. श्रीकांत कार्लेकर

Bhugolshastratil Sankhyashastriya Paddhati
Dr. Shrikant Karlekar

प्रथम आवृत्ती : २००७

पुनर्मुद्रण : २०२२

ISBN: 978-81-89959-46-3

मुखपृष्ठ
शाम भालेकर

अक्षरजुळणी : अनुश्री र. भागवत

प्रकाशक
डायमंड पब्लिकेशन्स
२६४/३ शनिवार पेठ, ३०२ अनुग्रह अपार्टमेंट
ओंकारेश्वर मंदिराजवळ, पुणे-४११ ०३०
☎ ०२०-२४४५२३८७, २४४६६६४२

info@dpbooks.in

ऑनलाईन पुस्तक खरेदीसाठी भेट द्या
www.dpbooks.in

प्रस्तावना

सांख्यिकी पद्धतींची ओळख व त्यांचा वापर हे सध्याच्या भूगोलशास्त्रातील अभ्यासक्रमाचे महत्त्वाचे अंग बनले आहे. महाराष्ट्रातील तसेच महाराष्ट्राबाहेरील बहुतेक विद्यापीठांच्या अभ्यासक्रमात सांख्यिकी पद्धतींचा समावेश केलेला दिसून येतो. भूगोलाच्या क्रमिक अभ्यासाबरोबरच, स्पर्धा परीक्षा व निवड परीक्षांच्या अभ्यासक्रमातही सांख्यिकी पद्धती हा एक महत्त्वाचा घटक असतोच.

भूगोलशास्त्रात ज्या मूलभूत सांख्यिकी पद्धतींची अभ्यासकाला माहिती असणे गरजेचे असते त्यांत, सांख्यिकीचे स्वरूप, सांख्यिकीचे सादरीकरण, सांख्यिकीचे वितरण, केंद्रीय प्रवृत्ती, अपस्करण यांचा समावेश होतो. द्विचल घटकातील सहसंबंध व त्यासंबंधीचा अभ्यास, नमुना घेण्याची प्रक्रिया व त्यासंबंधीचे पृथक्करण या गोष्टींचाही विचार होणे आवश्यक असते. गृहीततत्त्वांची मांडणी व चाचणी यांचा संशोधन-प्रक्रियेत महत्त्वाचा वाटा असल्यामुळे त्याचाही अभ्यासक्रमात समावेश केलेला असतो. पदवी परीक्षेपर्यंत या सांख्यिकी पद्धतींची तोंडओळख होणे व संख्याशास्त्रातील संकल्पनांची नेमकी माहिती होणे गरजेचे असते. पदव्युत्तर परीक्षेत भूगोलातील या मूलभूत सांख्यिकी पद्धतीबरोबरच, कालसंदर्भित श्रेणी, त्याचे महत्त्व व वापर आणि संभाव्यता मूल्यमापन यांचीही गरज भासते.

या सर्व गोष्टींचा विचार करून आणि मुख्यतः संख्याशास्त्राच्या उपयोजना-बद्दलची भीती विद्यार्थ्यांच्या मनातून नाहीशी व्हावी या उद्देशाने या पुस्तकाची रचना केलेली आहे. त्यासाठी, संख्याशास्त्रातील आवश्यक अशा सर्व मूलभूत संकल्पना सोप्या भाषेत सांगून, गणिते सोडवून दाखविली आहेत. पुस्तकाच्या शेवटी मराठी संज्ञाचे इंग्रजी रूपही शब्दसूचीत दिले आहे.

भूगोलातील सर्वच विद्यार्थ्यांना या पुस्तकाचा उपयोग होईल असा विश्वास वाटतो.

डॉ. श्रीकांत कार्लेकर

लेखक परिचय

डॉ. श्रीकांत नारायण कार्लेकर

M. Sc. Ph.D

- १९७४ पासून पुण्याच्या सर परशुरामभाऊ महाविद्यालयात पदवी व पदव्युत्तर पातळीवर अध्यापन व सध्या भूगोल विभागप्रमुख.
- १९८१ मध्ये 'कोकणचा भूरूपशास्त्रीय अभ्यास' या प्रबंधाकरता पुणे विद्यापीठाची Ph.D पदवी.
- २००१-२००२ मध्ये पुणे विद्यापीठात प्राध्यापक.
- मार्गदर्शनाखाली एकूण १३ विद्यार्थ्यांनी Ph.D व ७ विद्यार्थ्यांना M. Phil प्राप्त.
- ५५ संशोधननिबंध प्रकाशित.
- १५ पुस्तके प्रकाशित.
- अनेक संशोधनप्रकल्पांत सहभाग व मुख्य संशोधक.
- १९७८ मध्ये डेहराडूनच्या दूरसंवेदन संस्थेत फोटोग्रॅमेट्री या विषयात प्रशिक्षण.
- सागरी भूरूपशास्त्र व दूरसंवेदन हे जास्त आवडीचे व प्रमुख संशोधनाचे विषय.

अनुक्रमणिका

१. संख्याशास्त्रीय पद्धती

(Statistical Methods)

कोणत्याही शास्त्राचा अथवा विज्ञानाचा उद्देश हा घटनांची कारणमीमांसा अथवा स्पष्टीकरण करणे असा असतो. फक्त वस्तुस्थितीचे वर्णन करणे किंवा आपणास जे दिसते अथवा अनुभवास येते त्याचे फक्त वर्णन करणे असा नसतो. त्यात कारणमीमांसा किंवा स्पष्टीकरण अथवा घटनांच्यामागील कार्यकारण भाव यांचे वर्णन नसेल तर ते निरुपयोगी ठरेल. भौगोलिक परिस्थितीच्या अभ्यासात विचारपूर्वक व सखोल स्पष्टीकरणाची अत्यंत आवश्यकता असते. भूगोलाच्या अभ्यासामध्ये घटकांचे/भौगोलिक गुणधर्म किंवा अभिक्षेत्रीय (spatial) गुणधर्म यांचे विचारपूर्वक केलेले स्पष्टीकरण तसेच त्यांच्यातील परस्परसंबंध याचे वैज्ञानिक स्पष्टीकरण अत्यंत आवश्यक बनते. अशा प्रकारचे स्पष्टीकरण देण्यासाठी भौगोलिक आकडेवारीचे विविध संख्याशास्त्रीय पद्धतींनी विश्लेषण करावे लागते.

संख्याशास्त्रीय विश्लेषणाचे ढोबळ मानाने दोन प्रकार पडतात. (१) वर्णनात्मक व (२) अनुमानात्मक. यांपैकी वर्णनात्मक पद्धती या आकडेवारीच्या स्वरूपात माहिती संकलन करून वापरली जाते. अनुमानात्मक किंवा निष्कर्षात्मक संख्याशास्त्र मात्र संभाव्य विधान अथवा विधाने करण्यासाठी उपयोगी ठरते. तसेच त्याचा उपयोग चलांमधील विविध संबंध, त्यांच्यातील अवलंबित्व वा एखाद्या विधानाबाबत संभाव्यतेच्या भूमिकेतून केलेले वर्णन यासाठीसुद्धा करता येतो. या प्रकारचे विश्लेषण मोठ्या गटातून निवडलेल्या एका नमुन्यावरून, मोठ्या गटातील गुणधर्माबाबत करता येते, ही खास महत्त्वाची बाब आहे. एखाद्या परिमाणाची किंमत माहीत नसल्यास ती नमुनासंचावरून 'बिंदू अंदाज पद्धती (Point estimation method)' वापरून काढणे वा विविध प्रकारच्या विधानांची सत्यअसत्यता पडताळून पाहणे याकरितासुद्धा अनुमानात्मक संख्याशास्त्राचा (Inferential Statistics) वापर करता येतो. खालील उदाहरणावरून दोन्ही पद्धतींतील फरक स्पष्ट करता येईल.

समुद्रकिनाऱ्यावर उघड्या पडलेल्या विविध दगडगोट्यांच्या लांबीचे सेंमी मधे मोजमाप करून मिळालेली माहिती पुढे दिली आहे.

नमुना १	नमुना २
8	7
16	8
12	10
13	12
16	14
14	9
16	13
11	6
15	9
13	10

याची वर्णनात्मक सांख्यिकी

	नमुना १	नमुना २
सरासरी	13.4	9.8
मध्यगा	13.5	9.5
बहुलक	16.0	10.0
प्रमाणित विचलन	2.59	2.57
प्रचरण	6.71	6.62

निष्कर्षात्मक सांख्यिकी

सहसंबंध गुणांक = 0.597

सहप्रचरण = 3.58

या आकडेवारीवरून विविध प्रकारची वर्णनात्मक सांख्यिकी काढता येते. उदा. सरासरी, मध्यगा (Mean, Median) व बहुलक (Mode) प्रमाणित विचलन (Standard deviation) इत्यादी. वरील माहिती उपयोगी आहे याबाबत दुमत असण्याचे काही कारण नाही; परंतु ही माहिती विविध प्रकारच्या प्रक्रिया अथवा दगडगोट्यांच्या वितरणावर होणाऱ्या परिणामाबाबत काहीही भाष्य करण्यास असमर्थ ठरते. अशा प्रकारच्या अभ्यासासाठी त्यातील संबंधांचे विश्लेषण करणे आवश्यक ठरते. असे विश्लेषण करण्यासाठी सहसंबंध विश्लेषण (Correlation

Analysis), समाश्रयण (Regression) किंवा गृहीततत्त्व चाचणी (hypothesis testing) या अनुमानात्मक व निष्कर्षात्मक संख्याशास्त्राच्या पद्धती वापराव्या लागतात.

वरील उदाहरणावरून ही बाब लक्षात येते की, या दोन्हीही विश्लेषणाच्या पद्धतींची, वैज्ञानिक दृष्टिकोनातून भौगोलिक घटना वा परिस्थितीचा ऊहापोह करताना गरज लागते.

निष्कर्षात्मक पद्धती ही कोणत्याही संशोधनकार्याचे अविभाज्य अंग आहे. भौगोलिक अभ्यासामध्ये कार्यकारणभावाचे शोधन अत्यंत परिणामकारकरीत्या करताना माहिती ही आकडेवारीच्या स्वरूपातच गोळा केली जाते व त्याचे विश्लेषण संख्याशास्त्रीय पद्धती वापरून केले जाते.

काही काही घटना अथवा निरीक्षणे विविध प्रकारे मांडता येतात. (पश्चिम घाटातील डोंगर वा टेकड्यांचे उतार हे हिमालयातील डोंगररांगा अथवा टेकड्यांच्या उतारापेक्षा जास्त, कमी असे वर्णन करता येते. त्याचप्रमाणे पश्चिमघाटातील जंगलाची घनता दाट, विरळ, खूप दाट अशा प्रकारे वर्णन करता येते)- अशा प्रकारचे वर्णन हे गुणात्मक आणि सापेक्ष असते. हे वर्णन जास्त वैज्ञानिक आणि निरपेक्ष करण्यासाठी सांख्यिकी पद्धती (Quantitative Method) आवश्यक ठरतात. यापूर्वीच्या चर्चेत वर्णन केल्याप्रमाणे विविध प्रकारच्या चलांमधील परस्परसंबंध विश्लेषण करून सांगता येतात तसेच या संबंधांबाबतच्या दाव्यांची सत्यअसत्यता हीदेखील पडताळून पाहता येते. (उदा. जमिनीची धूप होण्याचा वेग हा चढ व उताराचे स्वरूप, पावसाचे प्रमाण, मातीचा प्रकार, जंगलाचे प्रमाण इत्यादींवर अवलंबून असतो.)

भूगोलातील सख्याशास्त्रीय विश्लेषणाचा मुख्य पाया हा निरीक्षणात्मक किमती अथवा मोजमाप करून मिळविलेल्या प्रत्यक्ष किमती किंवा आकडेवारी असतो. या किमती अथवा आकडेवारीच्या माहितीचे टप्प्याटप्प्याने विश्लेषण करून वैज्ञानिक सत्य आकाराला येते. उदा. एखाद्या स्थानाची समुद्रसपाटीपासूनची सरासरी उंची ५० मी आहे आणि हवेचा वातावरणीय दाब ९८० mb आहे आणि दुसऱ्या स्थानाची समुद्रसपाटीपासूनची उंची १०० मी व वातावरणातील हवेचा दाब ९६० mb आहे, तर तिसऱ्या ठिकाणी या दोन्ही गोष्टी अनुक्रमे १२० मी व ९२० mb आहेत. वरील माहितीचे विश्लेषण करता असे लक्षात येते की समुद्रसपाटीपासूनची सरासरी उंची आणि हवेचा दाब या दोहोत ऋण संबंध आहे. जसजसे आपण समुद्रसपाटीपासून जास्त उंचीवर जातो तसतसा हवेचा दाब हा कमी कमी होत जातो.

भौगोलिक माहितीचे विश्लेषण ही चार टप्प्यांची प्रक्रिया आहे. हे चार टप्पे खालीलप्रमाणे.

(१) माहितीचे (आकडेवारीचे) संकलन

(२) आलेखाच्या विविध पद्धतींद्वारे माहितीचे सादरीकरण

(३) माहिती वा आकडेवारीचे विश्लेषण

(४) माहिती व आकडेवारीच्या विश्लेषणानंतर निष्कर्ष वा अनुमान

भौगोलिक माहितीचे किंवा आकडेवारीचे स्वरूप

कोणत्याही भौगोलिक अभ्यासामध्ये उपयोगात येणाऱ्या माहितीसाठ्याची महत्त्वाची अंगे खालीलप्रमाणे सांगता येतील.

(१) आकडेवारी ही भौगोलिक विभाग, उपविभाग, प्रभाग येथे गोळा करण्यात येते. (जसे राज्य, जिल्हा, खेडे अभिक्षेत्रीय) या सर्वांमुळे माहितीसाठ्यामध्ये विविधता येते.

(२) अंकीय माहिती ही भूशास्त्रीय वा भौगोलिक स्थानाशी संबंधित असल्यामुळे ती अक्षांश वा रेखांश संदर्भित असते.

(३) दुय्यम माहितीसाठा हा प्रामुख्याने अहवाल, हस्तपुस्तिका, विविध प्रकारच्या गणना, सर्वेक्षण (ज्यामध्ये सामाजिक, आर्थिक, जनगणना यांचा अंतर्भाव होतो) यांमधून गोळा केला जातो, तर प्राथमिक माहितीसाठा हा संशोधन-स्थळावर जाऊन थेट मोजणी करून व अन्य वैज्ञानिक पद्धती वापरून गोळा केला जातो.

(४) आकडेवारी ही खंडित पद्धतीत (discrete format) (उदा. मोजदाद करण्यायोग्य पद्धतीत, स्वरूपात; जसे की, एखाद्या विभागातील घरांची संख्या, एखाद्या राज्याची लोकसंख्या इत्यादी) अथवा सलग पद्धतीत (continuous format) (उदा. मोजमाप पद्धतीत), जसे की घराघरांतील अंतर, झाडांची उंची, टेकडीचा चढ किंवा उतार इत्यादीत गोळा करता येते. या दोन पद्धतींतील प्रमुख फरक म्हणजे खंडित पद्धतीतील निरीक्षणे ही पूर्णांक स्वरूपात मोजली जातात, तर सलग पद्धतीतील निरीक्षणे ही दशमान किंवा दशांशपद्धतीत वा अपूर्णांकस्वरूपातसुद्धा नोंदविली जातात. सलग पद्धतीत माहितीसाठा हा थेट (प्रत्यक्ष) किंवा अप्रत्यक्ष अशा दोन्ही पद्धतीने गोळा करता येतो. उदा. उंची, क्षेत्रफळ, अंतर (थेट पद्धत) तापमान तापमापकातील पाऱ्याचे स्थान (अप्रत्यक्ष पद्धत).

खंडित माहितीपद्धतीत निरीक्षणकिमती ह्या पूर्णांक असतात. या पद्धतीत किमती या प्रत्यक्ष मोजदाद (Counting) करून मिळतात. सलग पद्धतीत किमती मोजमाप (Measurement) करून मिळविल्या जातात.

सारणी १ : खाडीकिनारी मोजलेल्या खारफुटी वृक्षांची संख्या (ही सर्व आकडेवारी खंडित श्रेणी Discrete series स्वरूपात आहे.)

25	12	8	42
20	35	4	16
12	45	14	20
14	20	23	18
16	22	38	19

सारणी २ : खारफुटी वृक्षांची सरासरी उंची मीटरमध्ये (ही सर्व आकडेवारी सलग श्रेणी (Continuous Series) स्वरूपात आहे.

3.4	1.4	4.2	2.3
5.1	1.5	3.6	3.2
1.8	2.9	1.2	3.3
2.3	2.7	1.4	4.1
2.2	3.0	1.5	1.1

(५) भौगोलिक माहितीसाठा हा नकाशावाचन पद्धतीवरूनही मिळवता येऊ शकतो. उदा. भारतीय सर्वेक्षण विभागाचे स्थलरूपिक नकाशे वापरून.

(६) काही अभ्यासांमध्ये माहिती ही मौखिक मुलाखतीआधारे प्रश्नावली भरूनसुद्धा गोळा केली जाते.

(७) भौगोलिक माहितीसाठा हा भागशः वेगळा करता येतो अथवा त्याचे संग्रहीकरण करता येते.

(८) भौगोलिक माहितीसाठा हा अवकाश-काळ (Space-time) या पद्धतीत नोंदविलेला असतो (उदा. एखाद्या ठराविक प्रदेशाची ठराविक वर्षाची लोकसंख्या).

(९) भौगोलिक माहितीसाठ्यातील अंकीय किमती ह्या शून्यमितीय (बिंदू) एकमितीय (रेषा, रेषाखंड), द्विमितीय (क्षेत्रफळ), त्रिमितीय (घनफळ) अथवा बहुमितीय (अवकाश-वेळ) असू शकतात.

(१०) भौगोलिक माहितीसाठ्यात क्रम व प्रमाण यांचा प्रामुख्याने अंतर्भाव असतो. माहितीतील विविध गुणधर्मांचे मोजमाप हे विशिष्ट एककांमध्ये केलेले असते. उदा. मीटर, मिलिबार, हेक्टापास्कल इत्यादी. समान गुणधर्माची

तुलना होऊ शकते. उदा. कृषिघनता. जर माहितीसाठ्यामध्ये क्रमवारी नसेल तर ती विशिष्ट वैज्ञानिक पद्धती वापरून निर्माण करावी लागते.

(११) आकडेवारी गोळा करताना विविध चलांचे मोजमापही विविध पद्धती वापरूनच करावे लागते; परंतु या मोजमापाचा दर्जा सर्वत्र सारखा ठेवावा लागतो. म्हणून मोजणीस्तर हा प्रत्यक्ष माहितीसाठा वा आकडेवारी गोळा करण्यापूर्वी ठरवावा लागतो.

मोजणीचे स्तर : निष्कर्षात्मक विश्लेषणपद्धती काही अंशी मोजणी-स्तरावर अवलंबून असतात. खालील चार मोजणीपद्धती चढत्या दर्जानुसार सर्व-सामान्यपणे वापरल्या जातात.

(१) **नामदर्शक अथवा वर्गीकरणकृत पद्धत (Nominal or classificatory scale)** : निरीक्षणे जेव्हा वेगवेगळ्या परंतु शून्य सामायिकता असणाऱ्या गटांमध्ये वर्गीकृत करता येतात, तेव्हा या पद्धतीचा वापर केला जातो. (व्यक्तींचे व्यवसायानुसार केले जाणारे वर्गीकरण तसेच प्रवाहांचे श्रेणीनुसार केले जाणारे वर्गीकरण ही या पद्धतीची उदाहरणे होत.) ही सर्वांत कमी प्रतीची मोजणी पद्धत आहे. या पद्धतीत उपगटातील सदस्य हे समान गुणधर्माचे असणे आवश्यक असते.

(२) **क्रमसूचक पद्धती (Ordinal or Ranking Scale)** : ही मागील पद्धतीपेक्षा वरच्या दर्जाची पद्धती आहे. या पद्धतीत उपगटांना एकमेकांपेक्षा वर खाली अशा पद्धतीने क्रमांक देण्याची सोय आहे. (उदा. सर्वांत मोठ्या शहराला क्रमांक १) त्यापेक्षा लहान शहराला क्रमांक २) अशा पद्धतीने वर्गीकरण करता येते). काही काही वेळा मात्र दोन निरीक्षणांची मोजपट्टीवरील किंमत समान असते. अशा वेळी दोन्ही निरीक्षणांना योग्य तो क्रमांक विभागून द्यावयाचा असतो. विभागून क्रमांक दिलेली निरीक्षणे वगळता अन्य सर्व ठिकाणी एकापाठोपाठच्या दोन निरीक्षणांच्या क्रमांकांतील फरक एक एकक असतो.

(३) **वर्गांतर पद्धत (Interval Scale)** : ही मागील दोन पद्धतींपेक्षा आणखी उच्चस्तरावरील मोजणीपद्धत आहे. या पद्धतीत फक्त किमतीची चढत्या किंवा उतरत्या श्रेणीने नोंदणी करतात असे नाही तर त्याचबरोबर दोन निरीक्षणांतील किमतींतील फरक हा स्थिर नसून तो एक चल असतो.

(४) **गुणोत्तर पद्धत (The ratio scale) :** ही पद्धत सर्व पद्धतींमध्ये उच्चतम पद्धत आहे. या पद्धतीत मोजणी ही एका विशिष्ट पायाभूत किमतीच्या गुणोत्तराने मोजली जाते. उदा. कारखाना अ आणि कारखाना ब यांच्या बाजारापासूनच्या अंतराचे गुणोत्तर ५/१० मैल आहे. हेच गुणोत्तर ८/१६ कि.मी. असेही येईल. परंतु गुणोत्तराची किंमत दोन्हीही वेळेस १/२ च राहते. या पद्धतीत एक फार मोठा फायदा म्हणजे मोजणी कोणत्याही एककात असली तरी अंतिम उत्तर मात्र तेच राहते.

❑

२. वारंवारता आणि माहितीचे सादरीकरण
(Frequency Distributions)

मागील प्रकरणातील सारणींचा (सारणी १ व २) बारकाईने अभ्यास केला असता असे दिसून येते की काही किमती या वारंवार आलेल्या आहेत. भौगोलिक अभ्यासातील माहितीसाठ्यामध्ये ही प्रवृत्ती नैसर्गिक वा उपजत असते. काही वेळा विशिष्ट घटना एखाद्या स्थळी अथवा विभागात वारंवार घडताना दिसते. उदा. गोहाटी शहराजवळ ब्रह्मपुत्रा नदीला येणारा पूर अथवा पूर्वोत्तर किनाऱ्याजवळ होणारी चक्रीवादळे.

वारंवारता ही एखादी किंमत सांख्यिकीत किती वेळा आली किंवा एखादी घटना किती वेळा घडली याचे निर्देशक असते व त्यामुळे ती मोजता येते व ती खंडित पद्धतीने मोजली जाते. (काही वेळा अपवादात्मक परिस्थितीत घटनेच्या वारंवारतेऐवजी वारंवारतेची टक्केवारी अथवा एकूण घटनांपैकी अभ्यासात असलेली घटना किती वेळा घडली याचे गुणोत्तरही काढले जाते. ही किंमत मात्र अपूर्णांकात असते). वारंवारतावितरण म्हणजे विविध निरीक्षणांच्या किमतींचे विविध गटांत अथवा वर्गांत वर्गीकरण करणे होय. प्रत्येक गटात येणाऱ्या निरीक्षणांची संख्या मोजली जाते. ही संख्या म्हणजेच त्या गटाची अथवा वर्गाची वारंवारता होय. गोळा केलेली आकडेवारी मग वेगवेगळ्या गटांत वा वर्गांत वर्गीकृत केली जाते. हे वर्ग अथवा गट यांचा विस्तार भौगोलिक अभ्यासाचा प्रकार, पूर्वानुभव यावरून ठरविला जातो. सर्वसाधारणपणे अशा गटांची संख्या ५ ते १० यांमधील असते. वर्गीकरणाचे काम दंड चिन्ह (Tally Mark) वापरून केले जाते. अशा प्रकारे तयार झालेल्या सारणीला वारंवारता सारणी म्हणतात. मागील प्रकरणातील सारणी १ मधील माहितीसाठ्याची वारंवारता सारणी पुढीलप्रमाणे तयार करता येते.

सारणी ३ : खारफुटी वृक्षांचे वितरण

वर्ग	दंड चिन्ह	वारंवारता	संकलित वारंवारता	संकलित वारंवारता
1-10	II	2	2	20
11-20	~~IIII~~ ~~IIII~~ I	11	13	18
21-30	III	3	16	7
31-40	II	2	18	4
41-50	II	2	20	2

अशा प्रकारे वृक्षांची संख्या या चलाची विविध गटांत विभागणी करता येते. वरील सारणीचे निरीक्षण करता असे निदर्शनास येते की कमीत कमी संख्या ०४ आहे तर जास्तीत जास्त संख्या ४५ आहे. त्यामुळे एकूण फरक हा ४१ आहे. ही अंकीय माहिती गटात वा वर्गात वर्गीकृत करताना गटांची संख्या/अथवा वर्गांची संख्या ही सामान्यपणे या फरकावर अवलंबून असते. या उदाहरणात माहितीसाठा हा पाच गटांत विभागला आहे.

प्रत्येक गटाची वा वर्गाची न्यूनतम सीमा आणि अधिकतम / उच्चतम सीमा ही अंकीय माहितीसाठा, टप्पापद्धतीची आहे की सलग पद्धतीची आहे यावरून ठरविण्यात येते. वारंवारता सारणी तयार करताना वर्गांच्या वा गटांच्या सीमा ह्या अशा रीतीने निवडल्या जातात की आकडेवारीयुक्त माहितीतील न्यूनतम किंमत ही पहिल्या गटात वर्गीकृत होईल व अधिकतम किंमत ही शेवटच्या गटात वर्गीकृत केली जाईल. जर गटाची वा वर्गाची अधिकतम सीमा ही पुढील गटाच्या न्यूनतम सीमेशी मिळत असेल व ही बाब सर्व गटांच्या बाबतीत घडत असेल तर अशा प्रकारच्या विभागणीत गटाची सीमा व गटाची मर्यादा ह्या सारख्या असतात.

खंडित मोजणी पद्धतीने गोळा केलेल्या अंकीय माहितीसाठ्याच्या वारंवारता वितरणात वर्ग सीमा आणि गट मर्यादा वेगळ्या असतात. या प्रकारात गटाची अधिकतम सीमा ही पुढील गटाच्या न्यूनतम सीमेशी मिळत नाही. या दोन्हीही निरनिराळ्या असतात. सलग सांख्यिकीत दशांश चिन्ह योग्य ठिकाणी ठेवणे महत्त्वाचे ठरते. सामान्यतः दशांश चिन्हाची जागा ही अंकीय माहितीसाठ्यातील संख्यांत असणाऱ्या दशांश चिन्हाच्या स्थानापेक्षा किमान एकने जास्त असते. मागील प्रकरणातील सारणी २ मधील सलग माहितीचे वारंवारतावितरण पुढे दाखविले आहे.

सारणी ४ : खारफुटी वृक्षांची उंची (वारंवारता वितरण)

वर्ग	दंड चिन्ह	वारंवारता	संकलित वारंवारता	संकलित वारंवारता
0.01-1.1	I	1	1	20
1.11-2.1	IIIII I	6	7	19
2.11-3.1	IIIII I	6	13	13
3.11-4.1	IIIII	5	18	7
4.11-5.1	II	2	20	2

वारंवारतेची विभागणी, आलेखाचा वापर करूनही दाखवता येऊ शकते. अशा प्रकारे आलेखरूपी वारंवारतावितरण सादर करण्याच्या पद्धतींपैकी एक म्हणजे स्तंभालेख पद्धत (Histogram Method) होय. या सादरीकरणपद्धतीत वितरणाचे गुणधर्म थोडे आणखी स्पष्ट स्वरूपात लक्षात येतात. हा स्तंभालेख खालील पद्धतीने काढतात.

(अ) वारंवारतेची मांडणी 'य' अक्षावर तर गटांच्या मर्यादा 'क्ष' अक्षावर मांडल्या जातात. यासाठी योग्य ती मोजविभागणी पद्धत वापरली जाते.

(ब) गटाच्या सीमा हा पाया घेऊन उभे स्तंभ काढले जातात. या स्तंभांची उंची ही त्या त्या गटांच्या वारंवारतेइतकी असते. मात्र त्यांची रुंदी ही सर्वत्र सारखी असते.

(क) हे स्तंभ एकमेकांना लागून अथवा चिकटून काढले जातात. ते एकमेकांपासून स्वतंत्र नसतात.

(ड) अ व ब ह्या पायऱ्यांची सर्व गट संपेपर्यंत पुनरावृत्ती केली जाते. शेवटी तयार होणारा आलेख म्हणजे स्तंभालेख होय.

वारंवारता विभागणी सारणी आलेखाद्वारे सादर करण्याची आणखी एक पद्धत म्हणजे वारंवारता बहुभुजाकृती (Frequency Polygon). या आलेखामध्ये रेषाखंडाचा वापर केला जातो. गट मध्य (class mid marks) हे क्ष अक्षावर तर वारंवारता य अक्षावर घेतली जाते. सर्व बिंदू हे क्रमानुसार रेषाखंडांनी जोडले जातात. गटमध्य हा पुढील सूत्रानुसार काढतात.

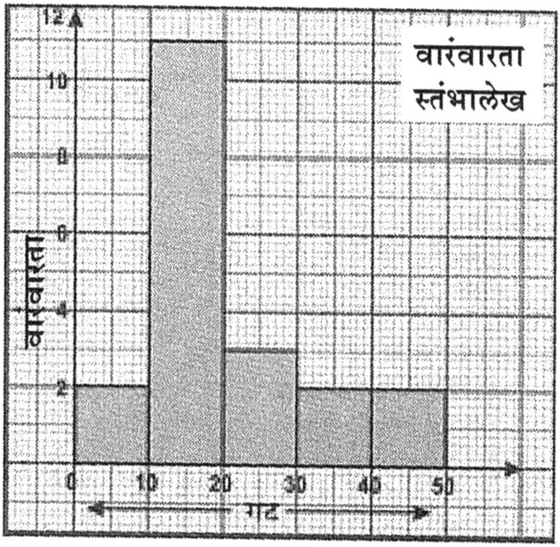

(आकृती १)

$$\text{गटमध्य} = \frac{\text{गटाची अधिकतम सीमा - गटाची न्यूनतम सीमा}}{२}$$

अशी बहुभुजाकृती करताना दोन्ही टोकांच्या बाजूकडील टोक पुढील वा आधीच्या गटाच्या ज्याप्रमाणे परिस्थिती असेल त्याप्रमाणे क्ष अक्षावर जोडली जातात. या गटाची वारंवारता शून्य मानण्यात येते.

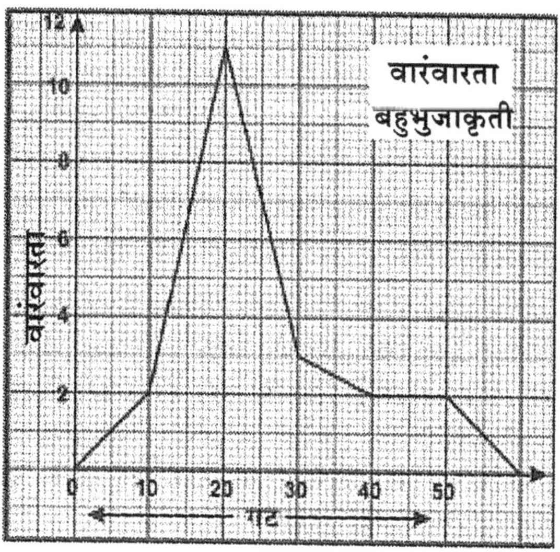

(आकृती २)

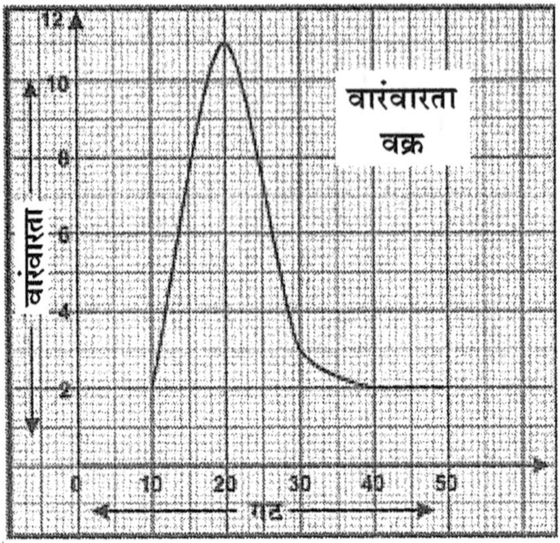

(आकृती ३)

अशा प्रकारे तयार झालेली बहुभुजाकृती ही वारंवारतेची विभागणी दर्शविते. या बहुबुजाकृतीच्या खालील एकूण क्षेत्रफळ हे एकूण वारंवारतेइतके असते.

आकृती काढताना बिंदू रेषाखंडाऐवजी मुक्तहस्त वक्राने जोडले असता तयार होणाऱ्या आकृतीला वारंवारता वक्र असे म्हणतात. या आलेखात शेवटची दोन टोके क्ष अक्षाला जोडलेली नसतात.

आणखी एक प्रकारचे आलेखीय सादरीकरण करण्यासाठी संकलित वारंवारतावक्र (Cumulative Frequency Curve) अथवा ओगीव (Ogive Curve) वक्र वापरतात. याला कमानी वक्र असे म्हणतात. हा वक्र दोन प्रकारचा असतो. (१) संकलित वारंवारता 'पेक्षा लहान' प्रकारचा (२) संकलित वारंवारता 'पेक्षा मोठा' प्रकारचा.

एखाद्या गटाची संकलित वारंवारता 'पेक्षा लहान' म्हणजे त्या गटाच्या उच्चतम मर्यादेपेक्षा लहान असणाऱ्या निरीक्षणांची संख्या होय. ही वारंवारता काढताना प्रत्येक गटातील वारंवारतेपासून खाली बेरीज करत येतात. ही बेरीज सध्याच्या गटापर्यंत करतात. थोडक्यात 'पेक्षा लहान' संकलित वारंवारता काढताना सर्वात लहान गटाकडून (पहिला गट) मोठ्या गटाकडे (शेवटचा गट) बेरीज करीत येतात. अशा प्रकारे तयार झालेल्या विभागणीला संकलित वारंवारता 'पेक्षा लहान' वितरण सारणी म्हणतात. या प्रकारच्या वितरणात शेवटच्या गटाची 'पेक्षा लहान' प्रकारची संकलित वारंवारता एकूण वारंवारतेइतकी असते.

संकलित वारंवारता 'पेक्षा मोठा' म्हणजे सध्याच्या गटाच्या न्यूनतम मर्यादेपेक्षा मोठ्या असणाऱ्या निरीक्षणांची संख्या होय. ही वारंवारता काढताना आधीच्या उलट कृती केली जाते. म्हणजेच खालून वर बेरीज करीत जातात. या प्रक्रियेत मोठ्या गटाकडून (शेवटच्या गटाकडून) सर्वात लहान गटाकडे (पहिल्या गटाकडे) बेरीज करीत जावे लागते. अशा प्रकारे तयार झालेल्या विभागणीला संकलित वारंवारता 'पेक्षा मोठा' विभागणी सारणी म्हणतात.

वारंवारतेचे संकलिकरण हे खालून वर किंवा वरून खाली केले जाते.

संकलित वारंवारता विभागणी ही दोन प्रकारची असल्यामुळे त्याच्याशी संबंधित आलेख सादरीकरण करण्याच्या पद्धतीतील वक्रही दोन प्रकारचे असतात.

(अ) संकलित वारंवारता वक्र 'पेक्षा लहान' प्रकार

(ब) संकलित वारंवारता वक्र 'पेक्षा मोठा' प्रकार

(अ) संकलित वारंवारता वक्र प्रकार किंवा ओगीव वक्र 'पेक्षा लहान' : या प्रकारचा वक्र काढताना क्ष अक्षावर गटाची अधिकतम वा उच्चतम मर्यादा तथा य अक्षावर संकलित वारंवारता 'पेक्षा लहान' योग्य त्या मोजपट्टीने निर्देशित केली जाते. आलेखावरील सर्व बिंदू मुक्तहस्त वक्राने जोडले जातात. तयार झालेली आकृती म्हणजे संकलित वारंवारतावक्र 'पेक्षा लहान' प्रकारचा वक्र होय.

(ब) संकलित वारंवारता वक्र अथवा ओगीव वक्र 'पेक्षा मोठा' प्रकार : या प्रकारचा वक्र काढताना क्ष अक्षावर न्यूनतम गटाची मर्यादा व य अक्षावर संकलित वारंवारता 'पेक्षा मोठा' योग्य त्या मोजपट्टीच्या साहाय्याने निर्देशित केली जाते. आलेखातील बिंदू हे मुक्तहस्त वक्राने जोडले जातात. तयार झालेली आकृती म्हणजे संकलित वारंवारतावक्र 'पेक्षा मोठा' प्रकारचा होय.

संकलित वारंवारतावक्राचा उपयोग आलेख पद्धतीने/मध्यगा व चतुर्थक (Quartiles) काढण्याकरिता होतो. तसेच एखाद्या किमतीपेक्षा लहान किंवा मोठ्या निरीक्षणाची संख्या माहितीसाठ्यात किती आहे, तेही यावरून कळू शकते.

सारणी ३ मधील वितरणाकरता, आ. ४ मध्ये दाखविल्याप्रमाणे ओगीव किंवा कमानी वक्र काढता येईल.

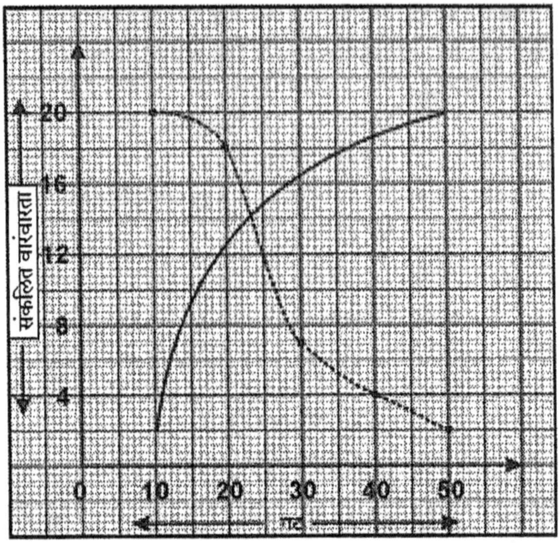

(आकृती ४)

विभाजित वर्तुळे : या प्रकारच्या आलेखाची पद्धत ज्यावेळी माहिती वर्गीकृत अथवा नामदर्शक (Nominal) पद्धतीने गोळा केली जाते, त्यावेळी वापरली जाते. हा आलेख काढण्याची थोडक्यात पद्धत खालीलप्रमाणे दिली आहे.

सारणी ५

गट	संख्या	प्रमाण	अंश
A	25	0.111111	40
B	15	0.066667	24
C	35	0.155556	56
D	65	0.288889	104
E	85	0.377778	136
	225	**1**	**360**

या पद्धतीत वर्तुळाच्या ३६० अंशांच्या कोनाची छोट्या छोट्या कोनांत प्रत्येक वर्गाच्या वारंवारतेच्या गुणोत्तराप्रमाणे विभागणी केली जाते. त्यानंतर तयार होणाऱ्या वर्तुळविभागांना निरनिराळ्या पद्धतीने छायांकित केले जाते. वर्तुळविभागाचे क्षेत्रफळ म्हणजे त्या त्या वर्गाचा वारंवारतेमधील हिस्सा होय. वरील सारणीशी संबंधित पाय आलेख खालीलप्रमाणे दिसतो.

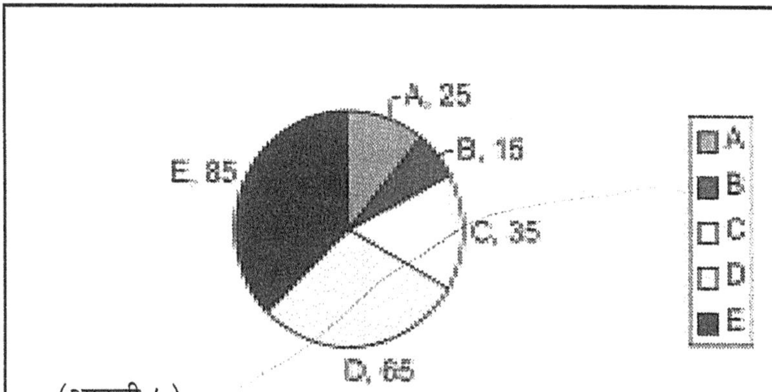

(आकृती ५)

सारणी ३ मधील वारंवारता सारणीचा पाय आलेख व त्यासाठी बनविलेला तक्ता खाली दाखविला आहे.

वर्ग	वारंवारिता	प्रमाण	कोन
1-10	2	0.1	36
10-20	11	0.55	198
20-30	3	0.15	54
30-40	2	0.1	36
40-50	2	0.1	36

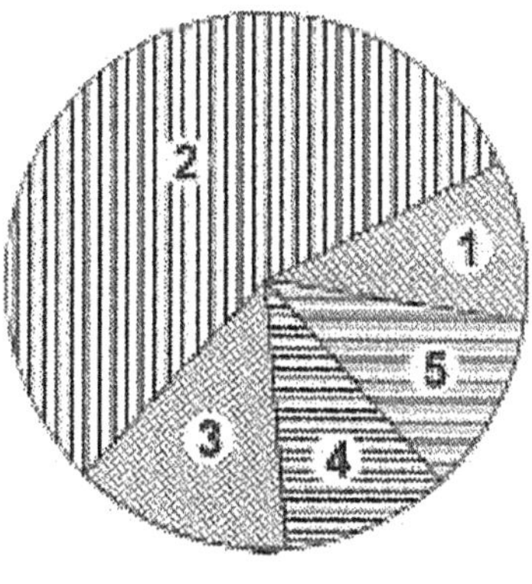

(आकृती ६)

सारणी ६ : सारणी ३ मधल्या वर्गीकृत सांख्यिकीचा सरासरी काढण्यासाठी वापर

वर्ग	वर्गमध्य (x)	वारंवारता (f)	fx
1-10	5.5	2	11.0
11-20	15.5	11	170.5
21-30	25.5	3	76.5
31-40	35.5	2	71.0
41-50	45.5	2	91.0
		20	420.0

$$\overline{X} = \frac{\sum fx}{\sum f}$$

$$= \frac{420}{20}$$

$$= 21$$

अंकीय माहितीसाठ्याची सरासरी आणखी एका पद्धतीने सोप्या सूत्राने खालीलप्रमाणे काढता येते.

$$\overline{X} = X_0 + C_i (\sum ft / \sum f)$$

इथे X_0 ही एक मानलेली सरासरी आहे.

C_i i या गटाची गट लांबी खालीलप्रमाणे काढतात.

C_i वर्ग रुंदी = वर्गाची अधिकतम सीमा - न्यूनतम सीमा

$\sum ft$: वारंवारता व तफावत (t) यांच्या गुणाकाराची बेरीज

$\sum f$: एकूण वारंवारता

या नवीन सूत्राने गणितीय सरासरी खालील पद्धतीने काढता येतो.
(पाहा सारणी ७)

केंद्रीय प्रवृत्तीची मापके (Measures of Central Tendencies)

कोणत्याही वितरणाचे वर्णन करण्यासाठी विविध परिमाणे असतात. त्यांपैकी एक म्हणजे केंद्रीय प्रवृत्तीची परिमाणे किंवा अपस्करणाची (Dispersion) परिमाणे ही होत. ही सर्व वर्णनात्मक संख्याशास्त्राची उदाहरणे आहेत. एखाद्या प्रक्रियेचे गणितीय अथवा संख्याशास्त्रीय प्रारूप तयार करण्यासाठी तसेच प्रक्रियेतील आकृतिबंध ओळखण्यासाठी (Pattern Recognition) या मापकांचा उपयोग होतो.

ही परिमाणे माहितीसाठ्याचे संक्षिप्तीकरण करण्यासाठीसुद्धा वापरता येतात. सरासरी परिमाण हे असेच एक परिणाम आहे. याच परिमाणाला काही वेळा समान अर्थाने केंद्रीय प्रवृत्ती असे संबोधले जाते. गणितीय मध्यगा तसेच भौमितिक मध्य, harmonic मध्य ही प्रमुख प्रकारची केंद्रीय प्रवृत्तीची मापके सर्वसाधारणपणे वापरली जातात.

सरासरी : ही मूलतः गणितीय सरासरी असून ती खालीलप्रमाणे काढतात.

$$\overline{X} = \sum X / n$$

इथे $\overline{X}$ म्हणजे सरासरी अथवा गणितीय मध्य तर $\sum X$ म्हणजे सर्व निरीक्षणांच्या किमतींची बेरीज असते. तर n हा एकूण निरीक्षणांची संख्या दर्शवितो. सारणी १ मध्ये दिलेल्या अंकीय माहितीसाठ्याची सरासरी.

$\overline{X}$ = ४२३/२० = २१.१५ अशी येईल.

याचा अर्थ असा की खाडीकिनारी असलेल्या खारफुटी वृक्षांची संख्या सरासरी २१ आहे.

वर्गीकृत माहितीसाठ्यासाठी सरासरी खालील सूत्राने काढतात.

$$X = \sum f x / \sum f$$

इथे $\sum fx$: (गटमध्य x त्या गटाची वारंवारता यांची बेरीज)

$\sum f$: एकूण वारंवारता अथवा एकूण निरीक्षणे

वारंवारतावितरण जे आकारासंबंधी आहे त्यावरून सरासरी खालीलप्रमाणे काढता येईल.

$$Gm = \frac{\log 1500 + \log 2200 + \log 2700}{3}$$

$$= 3.3166$$

Antilog 3.3166 = 2073.12 = 2073

Harmonic सरासरी ही एखाद्या माहितीसाठ्याचा मध्य अथवा सरासरी काढण्यासाठी अशा परिस्थितीत वापरली जाते की ज्या वेळी केलेली निरीक्षणे काम, काळ, गती, वेग, वाढ, घट यांच्याशी संबंधित असतात. थोडक्यात, जेव्हा जेव्हा निरीक्षणांत काळाशी संबंध असतो (प्रत्यक्ष अथवा दूरान्वये) तेव्हा तेव्हा harmonic सरासरी वापरली जाते. अवर्गीकृत माहितीसाठ्यासाठी harmonic मध्य खालील सूत्राने काढतात.

$$Hm = \frac{n}{\frac{1}{x_1} + \frac{1}{x_2} + \frac{1}{x_3} + \ldots + \frac{1}{x_n}}$$

n : एकूण निरीक्षणांची संख्या.

समजा जर समुद्राच्या पाण्याच्या प्रवाहाचा वेग हा ८०,३४ सेमी आणि ५० प्रतिसेकंद असा असेल व ओहोटीच्या वेळचा हाच वेग ११३, १२९ आणि १२१ सेमी प्रतिसेकंद असेल तर सरासरी वेग काढण्यासाठी Harmonic मध्य वापरतात. वरील उदाहरणात तो खालीलप्रमाणे काढता येईल.

$$Hm = \frac{6}{\frac{1}{80} + \frac{1}{34} + \frac{1}{50} + \frac{1}{113} + \frac{1}{129} + \frac{1}{121}}$$

$$= 69.142$$

सारणी ७

वर्ग	वर्गमध्य (x)	वारंवारता (f)	t	ft
<10	5.5	2	-1	-2
10-20	15.5	11	0	0
20-30	25.5	3	1	3
30-40	35.5	2	2	4
40-50	45.5	2	3	6
		20		11

$$\overline{X} = X_0 + C_i\,(\sum ft/\sum f) = 15 + 10\,(11/20)$$

$$= 15 + 5.5 = 20.5 = 21$$

दोन्ही पद्धतींनी काढलेली गणितीय सरासरीची किंमत सारखी असते.

भौमितिक सरासरी व हार्मोनिक (harmonic) सरासरी ही अन्य दोन प्रकारची केंद्रीय प्रवृत्तीची मापके काही भौगोलिक अभ्यासात वापरली जातात.

भौमितिक सरासरी ही अशा प्रकारच्या अंकीय माहितीसाठ्यासाठी वापरली जाते की ज्यामध्ये भौमितिक श्रेणी वाढ, अथवा घट दिसून येते. भौमितिक सरासरी अवर्गीकृत माहितीसाठ्यासाठी खालीलप्रमाणे काढतात.

$$Gm = \sqrt[n]{x_i \cdot x_2 \cdot x_3 \cdot x_n}$$

$$= (x_1.x_2 \ldots x_n)^{1/n}$$

किंवा

$$\log Gm = \sum \log x / n$$ (येथे n = एकूण निरीक्षण संख्या)

एखाद्या शहराची लोकसंख्या ही भौमितिक वा भूमितीय श्रेणीने वाढते. एखाद्या शहराची लोकसंख्या समजा १९९८ मध्ये १५००, १९९९ मध्ये २२००, २००० मध्ये २७०० असेल तर या शहराच्या लोकसंख्येची भौमितिक सरासरी

$$Gm = \sqrt[3]{1500 \times 2200 \times 2700}$$

$$= 2073$$

किंवा

बहुलक (Mode) : हे केंद्रीय प्रवृत्तीचे आणखी एक मापक आहे. हे अशा प्रकारचे निरीक्षण आहे, की जे माहितीसाठ्यात सर्वाधिक वेळा येते; अथवा सर्वाधिक वारंवारता असलेले निरीक्षण म्हणजे बहुलक होय. एखाद्या निरीक्षणांच्या तालिकेमध्ये कोणत्याही निरीक्षणाची पुनरावृत्ती होत नसेल तर प्रत्येक निरीक्षण हे मध्यक मानले जाते व अशा तालिकेला अथवा वारंवारतावितरणाला बहुमध्यकीय तालिका अथवा बहुमध्यकीय वारंवारता विभागणी म्हणतात. खाली काही मासिक पर्जन्य (मिमी) निरीक्षणे दिलेली आहेत.

१०.६, १५.८, १६.२, ११.४, १०.२, १२.४, १६.५, २०.५, २४.२, ८.५, ९.८, १०.४

अशा प्रकारचा माहितीसाठा अथवा निरीक्षणे सर्वसाधारणपणे निरनिराळ्या गटांत विभागली जातात. ही विभागणी सारणी ८ मध्ये खाली दिली आहे.

सारणी ८

गट	दंड चिन्हे	वारंवारता
8-10	II	2
10-12	IIII	4
12-14	I	1
14-16	I	1
16-18	II	2
18-20	II	2
		12

जेव्हा माहितीसाठा गटनिहाय विभागला जातो, तेव्हा ज्या गटाची वारंवारता सर्वाधिक असते (जसे इथे १०-१२ या गटाची आहे) त्या गटाला बहुलक वितरणाचा गट असे संबोधण्यात येते. जर वारंवारताविभागणीमध्ये असा एकच गट असेल तर त्या वारंवारतासारणीला एकमध्यक वारंवारता (Unimodal) म्हणतात. जर असे दोन गट असतील की ज्यांची वारंवारता सर्वाधिक असेल व ती समान असेल तर अशा वारंवारतासारणीला द्विमध्यक वारंवारता (Bimodal) म्हणतात. सारणी १ मधील आकडेवारीवरून असे लक्षात येते की २० ही संख्या सर्वात जास्त म्हणजे ३ वेळा आली आहे. ते बहुलक मूल्य आहे व हे वितरण एक मूल्यक वितरण आहे. वारंवारता सारणी जर स्तंभालेखाने दाखविली तर सर्वात जास्त उंच असलेल्या स्तंभाने

बहुलक गट दर्शविला जातो.

वर्गीकृत माहितीसाठी बहुलक खालील सूत्राने काढता येतो.

$$\text{मध्यक} = L + \frac{f_1 - f_0}{2f_1 - (f_0 + f_2)} \times h$$

इथे.

L : बहुलक गटाची न्यूनतम मर्यादा

f_1 : बहुलक गटाची वारंवारता

f_0 : बहुलक गटाच्या आधीच्या गटाची वारंवारता

f_2 : बहुलक गटाच्या नंतरच्या गटाची वारंवारता

h : बहुलक गटाची गटलांबी

सारणी ३ मध्ये दाखविलेल्या वितरणात ही किंमत पुढीलप्रमाणे येईल.

$$\text{मध्यक} = 11 + \frac{11 - 2}{2(11) - (2 + 3)} x10$$

$$= 11 + 5.3$$
$$= 16.3$$
$$= 16$$

बहुलक गट म्हणजे ज्या गटाची वारंवारता सर्वाधिक आहे असा गट.

मध्यगा (Median) : मध्यमा किंवा मध्यगा चढत्या किंवा उतरत्या श्रेणीने मांडलेल्या अनुक्रमांकित निरीक्षणांना दोन समान आकाराच्या गटांत विभाजित करते. मध्यमा किंवा मध्यगा म्हणजे चढत्या किंवा उतरत्या श्रेणीने माहितीसाठा मांडला असता बरोबर मधले निरीक्षण. ज्या वेळी एकूण निरीक्षणांची संख्या विषम असते त्यावेळी ही किंमत काढणे अथवा मधले निरीक्षण ओळखणे सोपे असते. परंतु जेव्हा एकूण निरीक्षणांची संख्या सम असते, तेव्हा दोन निरीक्षणे एकूण माहितीच्या साठ्याचे दोन समान भागांत विभाजन करतात व अशा वेळी मध्यमा/मध्यगा ही या दोन निरीक्षणांचा गणितीय मध्य काढून ठरवितात. (समजा एखाद्या निरीक्षणतालिकेत १६ निरीक्षणे असतील तर आणि ८ वे निरीक्षण ६.४ आणि ९ वे निरीक्षण ८.२ असेल तर ही दोन्हीही निरीक्षणे बरोबर मधली ठरतात. त्यामुळे अशा स्थितीत या निरीक्षणांच्या तालिकेची मध्यमा/मध्यगा = $\frac{6.4 + 8.2}{2}$ = 7.3 असते.)

मध्यमा/मध्यगा ही अशा परिस्थितीत योग्य केंद्रीय प्रवृत्तीचे मापक ठरते की ज्या परिस्थितीत माहितीसाठा क्रमदर्शप्रमाण (ordinal) पद्धतीने मोजला जातो. मध्यमा/मध्यगा वारंवारता विभागणी बरोबर अर्ध्या भागात विभागते.

अवर्गीकृत अंकीय माहितीसाठ्यासाठी मध्यमा/मध्यगा म्हणजे

$\left(\frac{n+1}{2}\right)$ वे निरीक्षण (इथे n म्हणजे प्लूण निरीक्षण संख्या)

खालील निरीक्षणतालिका ही विविध अवसादांचा (Sediments) आकार मिमी मध्ये दर्शविते.

9.8, 8.3, 4.3, 5.3, 10.2, 7.6, 5.4, 6.9, 4.7

मध्यमा/मध्यगा काढण्यासाठी वरील तालिका चढत्या श्रेणीने खालीलप्रमाणे लिहिता येईल.

4.3, 4.7, 5.3, 5.4, 6.9, 7.6, 8.3, 89.8, 10.8

मध्यमा/मध्यगेची किंमत $= \frac{(n+1)}{2}$ वे निरीक्षण

$= \frac{(9+1)}{2}$ वे निरीक्षण

= 5 वे निरीक्षण

= 6.9

वर्गीकृत माहितीसाठ्यासाठी मध्यमा/मध्यगा खालील सूत्राने काढता येते.

$$\text{मध्यमा / मध्यगा} = L + \left[\frac{\frac{N}{2} - c.f.}{f}\right] x\, h$$

L : मध्यमा/मध्यगा गटाची न्यूनतम मर्यादा

N : एकूण वारंवारता अथवा एकूण निरीक्षणांची संख्या

c.f : मध्यमा/मध्यगा गटाच्या आधीच्या गटाची संकलीत वारंवारता (पेक्षा लहान प्रकारची)

f : मध्यमा/मध्यगा गटाची वारंवारता

h : मध्यमा/मध्यगा गटाची गटलांबी

मध्यमा/मध्यगा म्हणजे असा गट ज्याची संकलित वारंवारता ('पेक्षा लहान' प्रकारची) $\frac{n}{2}$ पेक्षा प्रथमच मोठी असेल.

आधी चर्चा केल्याप्रमाणे जर गट सलग असतील तर

न्यूनतम सीमा = न्यूनतम मर्यादा

अधिकतम सीमा = अधिकतम मर्यादा

परंतु जर गट सलग नसतील तर गट सलग करावे लागतात. त्यासाठी खालीलप्रमाणे गणित केले जाते.

$$c = \frac{\text{पुढील गटाची न्यूनतम सीमा - सध्याच्या गटाची अधिकतम सीमा}}{२}$$

प्रत्येक गटाच्या न्यूनतम सीमेतून 'c' वजा करावा व प्रत्येक गटाच्या अधिकतम सीमेत 'c' मिळवावा. असे केल्याने तयार होणारे वारंवारतावितरण हे सलग गट वारंवारतावितरण असते. सारणी ७ मधील अंकीय माहितीसाठ्याची,

$$\text{मध्यमा/मध्यगा} = 11+\left[\frac{\frac{20}{2}-2}{11}\right]x10$$

$$= 18.3$$

❑

३. अपस्करणाची मापके

(Measures of Dispersion)

अपस्करण म्हणजे निरीक्षणांची माहितीसाठ्यामध्ये असलेली पसरण (Spread). काही काही परिस्थितीत निरीक्षणाच्या किमती या केंद्राच्या अथवा मध्याच्या जवळ पुंज निर्माण करतात तर काही अन्य परिस्थितीत त्या केंद्रापासून अथवा मध्यापासून दूरदूर पसरलेल्या असतात.

सामान्यत: निरीक्षणांच्या किमतींची गणितीय श्रेणीने होणारी पसरण मोजण्यासाठी चार अपस्करणाची मापके वापरली जातात ती म्हणजे कक्षा (Range), आंतरचतुर्थक कक्षा सरासरी विचलन व प्रचरण आणि प्रमाणित विचलन.

कक्षा (Range) : या मापकाची व्याख्या अधिकतम निरीक्षण- न्यूनतम निरीक्षण अशी केली जाते. सारणी ३ मध्ये दिलेल्या अंकीय माहितीसाठ्यात अधिकतम आकार ३० सेमी व न्यूनतम आकार १.१ सेमी असल्यामुळे Range ३०-१.१ = २८.९ येते. जरी कक्षा दोन टोकाच्या निरीक्षणांनी प्रभावित होत असली तरी बऱ्याच भौगोलिक अभ्यासात, उदा. नदीच्या पात्राची रुंदी अथवा पाणीसाठ्याचे प्रमाण या चलाच्या वारंवारतावितरणातील अधिकतम किंमत व न्यूनतम किंमत वापरून काढलेली कक्षा, धरणाच्या बांधकामामध्ये महत्त्वाची भूमिका बजावू शकते. तसेच समुद्रातील सर्वात उंच भरतीच्या लाटा व सर्वात कमी उंच आहोटीच्या लाटा यांवरील केलेली निरीक्षणे यांचा उपयोग समुद्रकिनारी लाटासंरक्षक भिंत बांधण्यासाठी होतो.

सरासरी विचलन (Mean deviation) : सरासरी विचलन म्हणजे प्रत्येक निरीक्षणाचा बेरीज भागिले एकूण निरीक्षणांची संख्या.

$$D = \sum |x - \bar{x}|$$

वर्गीकृत विभागणीमध्ये हे मापक काढण्याचे सूत्र खालीलप्रमाणे :

$$D = \frac{\sum |x - \bar{x}|}{\sum f}$$

x : गटाची सरासरी

हे क्वचितच वापरले जाणारे मापक आहे.

Standard deviation and variance प्रमाणित विचलन व प्रचरण

हे संख्याशास्त्रीय दृष्टिकोनातून विचार करता सर्वात योग्य मापक आहे. कोणत्याही अंकीय माहितीसाठ्यामध्ये गणितीय सरासरीच्या फरकांची बेरीच शून्य असते. $[\sum(x-\bar{x})=0]$ म्हणून साधे विचलन.

$\frac{\sum(x-\bar{x})}{n}$ सुद्धा शून्य असते.

या सूत्रात $(x-\bar{x})$ ऐवजी $(x-\bar{x}^2)$ वापरले तर मिळणाऱ्या मापकाला प्रचरण म्हणतात.

हे मापक अत्यंत महत्त्वाचे व अत्यंत उपयोगी आहे. या प्रकारच्या मापकाचा अनुमानात्मक संख्याशास्त्रात फार उपयोग होतो. या मापकाचे संक्षिप्त सूत्र खालीलप्रमाणे लिहिता येते.

$$S^2 = \frac{\sum(x-\bar{x})^2}{n}$$

परंतु सर्वसाधारणपणे व वारंवार उपयोगात आणले जाणारे अपस्करणाचे मापक म्हणजे प्रमाणित विचलन (Standard deviation) होय. हे मापक म्हणजे प्रचरण (variance) या मापकाचे वर्गमूळ होय.

$$S = \sqrt{\frac{\sum(x-\bar{x})^2}{n}}$$

वर्गीकृत वारंवारता विभागणी प्रकारच्या अंकीय माहितीसाठ्यासाठी हे मापक खालीलप्रमाणे काढतात.

$$S = Ci \times \sqrt{\frac{\sum ft^2}{\sum f} - \left(\frac{\sum ft}{\sum f}\right)^2}$$

सारणी ८ मधील अंकीय माहितीसाठ्याकरिता प्रमाणित विचलन खालील-प्रमाणे काढता येईल.

$$S = \sqrt{\frac{\sum(x-x^-)^2}{n}} \qquad = \sqrt{\frac{10}{5}}$$

$$= \sqrt{2} \qquad = 1.41$$

सारणी ८

संख्या (x)	X -X-	(X - X-)²
5	5 - 4 = 1	1
4	4 - 4 = 0	0
3	3 - 4 = -1	1
6	6 - 4 = 2	4
2	2 - 4 = 2	4
		10

$\overline{X}$ = सरासरी = 4

वर्गीकृत वारंवारता विभागणी प्रकारच्या माहितीसाठ्यासाठी Standard deviation खालील सूत्राने काढता येते.

$$S = Ci \times \sqrt{\frac{\sum ft^2}{\sum f} - \left(\frac{\sum ft}{\sum f}\right)^2}$$

$\sum ft$ ही वारंवारता आणि सर्वाधिक गट अंतर यांच्या गुणाकाराची बेरीज दर्शविते.

प्रचरण (Variance) हा प्रमाणित विचलनाचा (Standard deviation) चा वर्ग असतो.

सारणी ९

वर्ग	f	t	t²	ft	ft²
1-10	2	-1	1	-2	2
11-20	11	0	0	0	0
21-30	3	1	1	3	3
31-40	2	2	4	4	8
41-50	2	3	9	6	18
	20	**5**	**15**	**11**	**31**

वरील माहितीवरून पुढील प्रमाणे प्रमाणित विचलन काढता येते.

$$\text{प्रमाणित विचलन} = Ci \quad X \quad \sqrt{\frac{\sum ft^2}{\sum f} - \left(\frac{\sum ft}{\sum f}\right)^2}$$

$$= 10\sqrt{\frac{31}{20} - \left(\frac{11}{20}\right)^2}$$

$$= 10\sqrt{1.55 - 0.3}$$

$$= 10\sqrt{1.25} \quad = 11.2$$

वितरणाचे वर्णन केंद्रीय प्रवृत्ती आणि पसरण दोन्ही एकत्रितपणे वापरूनसुद्धा करता येते. अशा प्रकारच्या परिस्थितीत वापरल्या जाणाऱ्या संख्याशास्त्रीय मापकाला सापेक्ष चलनशीलता म्हणतात. हे मापक खालील सूत्राने काढतात.

$$\text{सापेक्ष चलनशीलता} = \frac{\text{प्रमाणित विचलन}}{\text{सरासरी}} \times 100$$

एखाद्या माहितीसाठ्यामध्ये दोन भिन्न आकारांचे उपगट असतील व या दोन गटांतील चलनशीलतेची (अंतर्गत) तुलना करावयाची असेल तेव्हा हे मापक वापरले जाते.

वरील उल्लेख केलेली अपस्करणाची मापके ही वारंवारतावितरणाची प्रथम व द्वितीय केंद्रीय वृत्ती असतात. याच वितरणाची तृतीय व चतुर्थ केंद्रीय वृत्ती हीसुद्धा महत्त्वाची मापके आहेत. तृतीय वृत्ती ही कल मोजण्यासाठी तर चतुर्थ वृत्ती ही शिखरीवृत्तीचे (Kurtosis) मोजमाप करण्यासाठी वापरली जाते.

कल (Skewness) हा π_3 (पाय तीन)ने दाखविली जाते. हा वारंवारता सारणी विभागणीच्या संमीतपणाबद्दल (Symmetry) माहिती सांगतो. किंबहुना कल हा असंमीतपणाचे संमीतमापक आहे. याची किंमत जेव्हा शून्य असते तेव्हा ती विभागणी असंमीत आहे असे मानतात. खालील आकृतीमध्ये असंमीत विभागणी दाखवली आहे. आकृती ७ अ मध्ये ऋण कल विभागणी, आकृती ७ ब मध्ये शून्य कल प्रकारची विभागणी तर आकृती ७ क मध्ये धन कल विभागणी दर्शविली आहे.

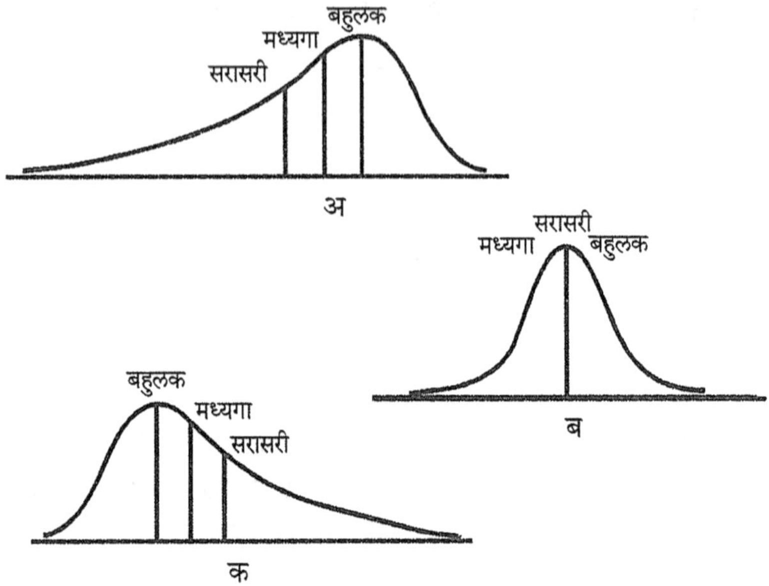

आकृती ७

अ : ऋण कल विभागणी (Negatively Skewed)

ब : संमीत विभागणी (Normal)

क : धन कल विभागणी (Positively Skewed)

कल प्रामुख्याने पसरणवृत्ती आणि संमीतपणा दर्शवितो. अवर्गीकृत माहितीसाठी

$$\pi_3 = \frac{\Sigma(x-\bar{x})^3}{N\sigma^3}$$

इथे σ = s = std. dev. = Standard deviation = प्रमाणित विचलन

$$\sigma = \sqrt{\frac{\Sigma(x-\bar{x})^2}{n}}$$

वर्गीकृत वारंवारता विभागणीमध्ये कल खालील सूत्राने काढता येतो.

$$\pi_3 = \frac{\Sigma(ft)^3}{\sigma^3}$$

आणि,

$$\sigma = ci\sqrt{\frac{\sum ft^2}{\sum f} - \left(\frac{\sum ft^2}{f}\right)}$$

हे निव्वळ मूल्य आहे.

वारंवारतावितरणाची शिखरीवृत्ती (Kurtosis) म्हणजे चतुर्थ केंद्रीय वृत्ती. अवर्गीकृत निरीक्षणांच्या तालिकेसाठी शिखरीवृत्तीचा गुणांक खालील पद्धतीने काढला जातो.

$$\pi_4 = \frac{\sum(x - \bar{x})^4}{n\sigma^3}$$

वर्गीकृत माहितीसाठ्याकरिता हा गुणांक खालील सूत्राने काढतात.

$$\pi_4 = \frac{\sum(ft)^4}{\sigma^4}$$

कमी शिखरीवृत्ती असलेल्या वा चपटेपणाकडे झुकलेल्या वितरणाला playtykurtic (न्यून शिखरी वक्र) तर मध्यम शिखरीवृत्ती असलेल्या वितरणाला mesokurtic व खूप मोठी शिखरीवृत्ती असलेल्या वितरणाला leptokurtic विभागणी म्हणतात. (आ.८)

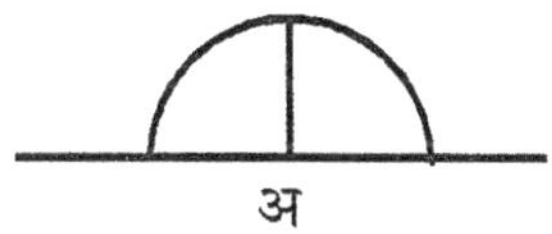

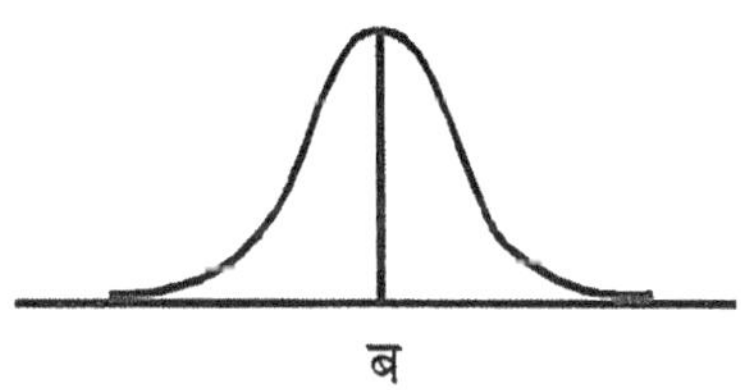

अ : न्यून शिखरी वक्र
ब : मध्यम शिखरी वक्र
क : अतिशिखरी वक्र

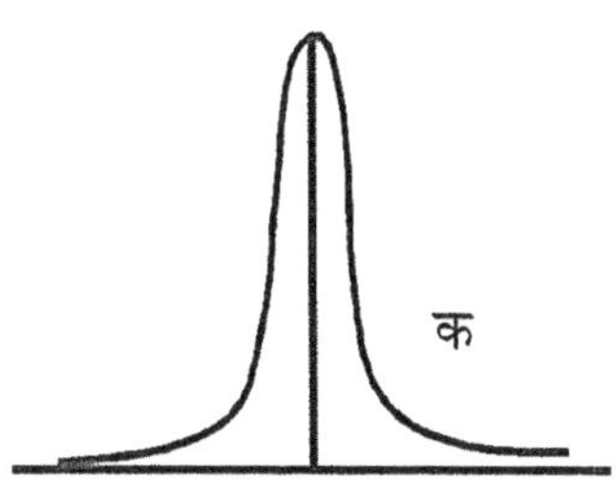

आकृती ८

ज्या वक्राच्या वितरणाची π_4 ची किंमत ३ पेक्षा मोठी असते त्या वक्राला अती शिखरी तर जेव्हा π_4ची किंमत ३ पेक्षा कमी असते त्या वक्राला न्यून शिखरी आणि जेव्हा π_4ची किंमत बरोबर ३ तीन असते तेव्हा त्या वक्राला मध्यम शिखरी वक्र म्हणतात.

सारणी ९ मधील वर्गीकृत माहितीसाठ्याकरिता कल (Skewness) व शिखरीवृत्त (Kurtosis) पुढील प्रमाणे काढता येईल.

सारणी ९ प्रमाणे या सांख्यिकीचे प्रमाणित विचलन ११.२ आहे.

$$\pi_3 = \frac{\Sigma(ft)^3}{\sigma^3} = \frac{(11)^3}{(11.2)^3} = \frac{1331}{1404.9} = 0.94$$

$$\pi_4 = \frac{\Sigma(ft)^4}{\sigma^4} = \frac{(11)^4}{(11.2)^4} = \frac{14641}{15735.2} = 0.93$$

वर्गीकृत माहितीसाठी पुढील प्रमाणे या किमती काढता येतील.

सारणी १०

x	$x-\bar{x}$	$(x-\bar{x})^2$	$(x-\bar{x})^3$	$(x-\bar{x})^4$
25	3.85	14.8225	57.06663	219.7065
20	-1.15	1.3225	-1.52087	1.749006
12	-9.15	83.7225	-365.526	2613.51
14	-7.15	51.1225	-136.591	703.443
16	- 5.15	26.5225	-136.526	2613.51
12	-9.15	83.7225	-766.061	7009.457
35	13.85	191.8225	2656.742	36795.87
45	23.85	568.8225	13566.42	323559
20	-1.15	1.3225	-1.52087	1.749006

	22	0.85	0.7225	0.614125	0.522006
	8	-13.15	172.9225	-2273.93	29902.19
	4	-17.15	294.1225	-5044.2	86508.05
	14	-7.15	51.1225	-5044.2	86508.05
	23	1.85	3.4225	6.331625	11.71351
	38	16.85	283.9225	4784.094	80611.99
	42	20.85	434.7225	9063.964	188983.7
	16	-5.15	26.5225	-136.591	703.443
	20	-1.15	1.3225	-1.52087	1.749006
	18	-3.15	9.9225	-31.2559	98.45601
	19	-2.15	4.6225	-9.93837	21.36751
बेरीज	423		2306.55	20234.99	767370.6
सरासरी	21.15				

सारणी १ मधील सांख्यिकी वर्गीकृत स्वरूपात दाखवून π_3, π_4 साठी सारणी १० तयार केलेली आहे.

$$\pi_3 = \frac{\Sigma(x-\bar{x})^4}{n\sigma^3} = \frac{20234.99}{20 \times (10.73)^3} = 0.82$$

$$\pi_4 = \frac{\Sigma(x-\bar{x})^4}{n\sigma^3} = \frac{767370.6}{20 \times (10.73)^4} = 0.289$$

❑

४. द्विचल सांख्यिकी : सहसंबंध व समाश्रयण
(Bivariate Data : Correlation and Regression)

दोन प्रक्रियांमधील कार्यकारणसंबंधाची माहिती घेणे अथवा एखाद्या घटनेची कारणमीमांसा करणे कोणत्याही शैक्षणिक वा संशोधनप्रक्रियेचे हे महत्त्वाचे अंग आहे. कोणत्याही विषयाचे लौकिक अर्थाने उपयोजित शिक्षण घेताना ही प्रक्रिया घडत असते. बऱ्याच वेळा का, कसे असे प्रश्न समोर येतात व त्यांची उत्तरे शोधणे ही अत्यावश्यक बाब बनते. प्रक्रिया 'अ' चा 'ब' हा परिणाम आहे का? किंवा प्रक्रिया 'अ' मुळे घटना 'ब' घडते का? जर 'अ' या चलाची अथवा गुणधर्माची किंमत कमी झाली तर 'ब' या चलाची किंमत कमी होईल की वाढेल? 'अ' व 'ब' परस्परांच्या विरोधात काम करतात का? ही काही प्रश्नांची उदाहरणे होत. भौगौलिक अभ्यासातील उदाहरणे द्यावयाची झाल्यास ती खालीलप्रमाणे देता येतील. उन्हाळयातील वाढते सरासरी तापमान पर्जन्यमान वाढविण्यास जबाबदार असते का? डोंगरातील अथवा पर्वतरांगांतील खडकाचा प्रकार व त्यात सापडणाऱ्या खनिजांचा प्रकार यांच्यात परस्परसंबंध असतो का? नदीपासूनचे एखाद्या विशिष्ट स्थळाचे अंतर आणि तेथील मातीची क्षमता अथवा कस यांच्यात परस्परसंबंध असतो का? इत्यादी.

अशा प्रकारच्या कार्यकारणभावांचा विचार करताना आणखी काही प्रश्न उपस्थित होतात जसे की 'अ' चा 'ब' वर परिणाम होतो का तसेच 'ब' चा 'अ' वर परिणाम होतो का? जर असा सहसंबंध असेल तर तो मोजण्याचे मापक सांगता येईल का? (ज्याप्रमाणे केंद्रीय प्रवृत्ती मोजायची मापके आहेत, विचलनाची मापके आहेत त्याप्रमाणे) या मापकाच्या किमतीचा अर्थ काय व तो कसा लावता येईल? यावरून अनुमान किंवा निष्कर्ष कसे काढता येतील. पुढे जाऊन या सहसंबंधाचे गणितीय प्रतिरूप बनविता येईल का?

या प्रकरणामध्ये या प्रश्नांपैकी काहींची उत्तरे शोधण्यासाठी लागणाऱ्या संख्याशास्त्रीय पद्धतींची चर्चा केली आहे.

संख्याशास्त्रीय पद्धती विकसित होण्याआधी अशा प्रकारच्या कार्यकारणभावाचा शोध घेण्याचे काम हे बहुतांशी व्यक्तिसापेक्ष व व्यक्तिगत अनुभवावर आधारित असे. त्यामुळे बऱ्याच वेळा अशा प्रकारच्या दोन कामांचा अंतिम निष्कर्ष भिन्न स्वरूपाचा येत असे. जरी असे एकाच प्रकारचे प्रयोग दोन भिन्न व्यक्तींनी दोन भिन्न ठिकाणी केलेले असले तरीसुद्धा काही काही परिस्थितीत संख्याशास्त्रीय पद्धतीने शुद्ध वैज्ञानिक दृष्टीने विश्लेषण केल्यावर असे आढळून आले की सर्वमान्य असलेल्या 'अ' मुळे 'ब' घडतो अशी विधाने वा मते संपूर्णतः चुकीची आहेत.

असे घडण्याचे प्रमुख कारण म्हणजे व्यक्तिसापेक्षता हे आहे. कारण प्रत्येक व्यक्तीची समज, अनुभव आणि वैचारिक पातळी ह्या भिन्न असतात. त्यामुळे निष्कर्षात विविधता येऊ शकते. संख्याशास्त्रीय पद्धतीचा प्रमुख फायदा म्हणजे या पद्धती व्यक्तिसापेक्षता काढून टाकून सर्वमान्य, समान निष्कर्ष काढतात. त्यामुळे वरील प्रकारची द्विधापरिस्थिती निर्माण होऊ शकत नाही. तसेच व्यक्तिसापेक्षतेमुळे येणारी विविधतासुद्धा नष्ट होते अथवा शून्य होते.

द्विचलीय माहितीसाठा आणि सहसंबंध :

वरील चर्चेअंती असे लक्षात येईल की दोन चलांच्या सहसंबंधाबद्दलचा अभ्यास हा बहुतांशी वेळा महत्वाचा घटक ठरतो. तसेच या दोन चलांमधील कार्य व परिणाम ओळखणे व त्यांच्यामधील कार्यकारणभाव स्पष्ट करणे हेसुद्धा कोणत्याही वैज्ञानिक अभ्यासामधील महत्वाचा भाग असतो. याला अर्थातच भौगौलिक परिस्थितीचा अभ्यास अपवाद ठरू शकत नाही. या अभ्यासामधील पहिला टप्पा म्हणजे अभ्यासाखाली असलेल्या मात्रात्मक वा अंकात्मक गुणधर्मांची अनेक निरीक्षणे नोंदवणे हा असतो. ही अनेक निरीक्षणे प्रयोगामध्ये प्रयोगीय घटकांवर किंवा प्रक्रियांवर नोंदविली जातात. (Measurements are made on experimental units). आधी चर्चा केल्याप्रमाणे या मात्रात्मक गुणधर्मांना (अंकात्मक गुणधर्मांना) चल असे संबोधले जाते. त्यामुळे या गुणधर्मांची केलेली मोजमापे म्हणजे या चलांच्या किमती असतात. ही चले सामान्यतः X आणि Y या इंग्रजी अक्षरांनी निर्देशित केली जातात. उदा. X: सरासरी पर्जन्यमान Y: सरासरी आर्द्रता किंवा X: अधिकतम वा कमाल तापमान Y: अधिकतम पर्जन्यमान. या चलांवर घेतलेली विविध निरीक्षणे म्हणजे वेगवेगळ्या वर्षातील एखाद्या स्थानाचे अधिकतम तापमान आणि अधिकतम

पर्जन्यमान. या प्रकारच्या निरिक्षणामध्ये 'वर्ष' हे प्रयोगीय घटक मानले जाते. अशाच प्रकारे एखाद्या वर्षातील सरासरी पर्जन्यमान व सरासरी आर्द्रता यांवरही अनेक निरीक्षणे गोळा करता येतात. या प्रकारची निरीक्षणे अनेक वर्षांसाठी नोंदविली तर ती या चलांवरील अनेक निरीक्षणे/किमती असतात.

या संकल्पनेचा गणितीय आराखडा खालीलप्रमाणे सांगता येईल.

प्रत्येक प्रायोगिक घटकावर दोन अंकात्मक गुणधर्मावरील निरीक्षणे नोंदविली जातात. (दोन चलांवर निरीक्षणे नोंदविली जातात वा त्या चलांच्या अनेक किमती नोंदविल्या जातात). ही निरीक्षणे $(X_1, Y_1) \dots (X_n, Y_n)$ (संक्षिप्तपणे (X_i, Y_i), i = 1, 2, ...n) दर्शविली जातात.

अशा प्रकारच्या माहितीसाठयाला ''द्विचलीय माहितीसाठा'' संबोधले जाते. कारण या माहितीसाठ्यातील किमती या दोन चलांवरील निरीक्षणे असतात. या ठिकाणी

X_i : X या चलावरील i वे निरीक्षण

Y_i : Y या चलावरील i वे निरीक्षण किंवा

X_i : X या चलाची i व्या प्रयोगीय घटकावरील निरीक्षणांची किंमत

Y_i : Y या चलाची i व्या प्रयोगीय घटकावरील निरीक्षणांची किंमत

i = 1, 2, ...n

उदा. जर X: अधिकतम तापमान Y: अधिकतम पर्जन्यमान असे असेल तर

X_1 : पहिल्या वर्षातील अधिकतम तापमान

Y_2 : पहिल्या वर्षातील अधिकतम पर्जन्यमान सर्वसामान्यपणे

X_i : i व्या वर्षातील अधिकतम तापमान

Y_i : अभ्यासाखाली असलेल्या काळातील i व्या वर्षातील अधिकतम पर्जन्यमान

या दोन चलांपैकी एक चल अवलंबित (Dependant) व दुसरे निरावलंबित (Independant) मानले जाते. हे ठरविण्यासाठी सुरुवातीला असलेला अभ्यासाचा उद्देश लक्षात घेतला जातो. जर ''अ'' हा कार्य व ''ब'' हा परिणाम आहे का? या प्रश्नाचा ऊहापोह करावयाचा असेल तर ''ब'' हा अवलंबित (Dependant) व

"अ" हा निरावलंबित (Independant) मानला जातो. सामान्यतः निरावलंबित चल X ने व अवलंबित चल Y ने दाखविले जाते.

या दोन चलांतील परस्परसंबंधांना "सहसंबंध" असे म्हटले जाते. पहिल्या टप्प्यावर अशा प्रकारचा संबंध ओळखण्यासाठी "विकीर्णालेख (Scatter)" या आलेखपद्धतीचा वापर केला जातो. या प्रकारच्या आलेखपद्धतीने X आणि Y मधील सहसंबंध शोधता येतो.

विकीर्णालेख : ही शालेय भूमितीच्या ज्ञानावर आधारित आलेखपद्धती आहे. ही पद्धती आपणांस दोन चलांतील फक्त सहसंबंधाची उपस्थिती सांगत नाही तर त्यांचा प्रकार वा दिशासुद्धा सांगते. सहसंबंध हा दोन प्रकारचा असतो.

(अ) **धनसहसंबंध** : या प्रकारच्या सहसंबंधामध्ये X या चलाच्या किंमतीत वाढ झाली असता Y या चलाच्या किमतीतसुद्धा वाढ होते. आणि X या चलाच्या किमतीत घट झाल्यास Y या चलाच्या किमतीतसुद्धा घट होते. थोडक्यात X आणि Y एकाच दिशेने चालतात.

(ब) **ऋणसहसंबंध** : या प्रकारच्या सहसंबंधामध्ये X च्या किमतीत वाढ झाली तर Y च्या किमतीत घट होते. आणि X च्या किमतीत घट झाल्यास Y च्या किमतीत वाढ होते.

विकीर्णालेख काढताना X या चलाच्या किमती X अक्षावर आणि Y या चलाच्या किंमती Y अक्षावर योग्य त्या मोजपट्टीच्या आधारे निर्देशित केल्या जातात. नंतर आलेखावर द्विचलीय माहितीसाठ्यातील प्रत्येक निरीक्षण बिंदुपद्धतीने दाखविले जाते. तयार झालेल्या आलेखाला विकीर्णालेख म्हणतात. या आलेखाचे निरीक्षण करून व खालील मार्गदर्शक तत्त्वे वापरून सहसंबंधाची उपस्थिती व त्याचा प्रकार याबाबत निर्णय घेतला जातो.

अशा प्रकारचा आलेख धनसहसंबंध दर्शवितो. म्हणजेच X च्या किमतीत घट झाल्यास Y च्या किमतीतही घट होते किंवा X च्या किमतीतील घट Y च्या किमतीतील घट घडविते. तसेच X च्या किमतीतील वाढ ही Y च्या किमतीतही वाढ घडविते.

अशा प्रकारचा आलेख ऋण सहसंबंध दर्शवितो. म्हणजेच X च्या किमतीत होणारी घट Y च्या किमतीत वाढ घडविते तर X च्या किमतीत होणारी वाढ Y च्या किमतीत घट घडविते.

अशा प्रकारचा आलेख दोन चलांमधील सहसंबंधाची अनुपस्थिती दर्शवितो. किंवा अशा प्रकारचा आलेख हा दोन चलांतील निरवलंबित्व दर्शवितो. म्हणजे X च्या किमतीत होणारा बदल व Y च्या किमतीत होणारा बदल ह्यांत कोणताही परस्परसंबंध नसतो.

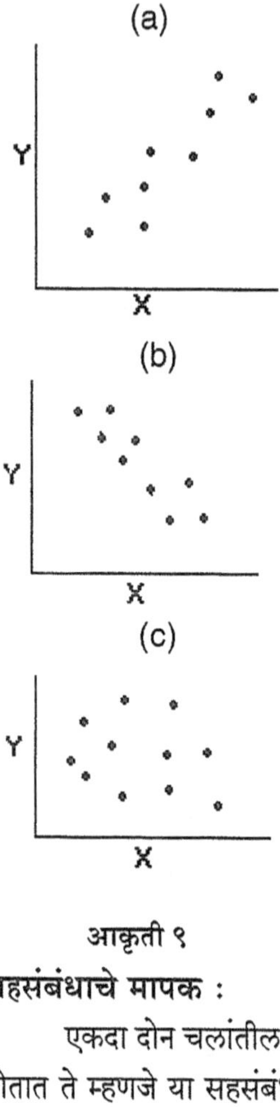

आकृती ९

वर दर्शविलेले आकृतिबंध ही मार्गदर्शक तत्त्वे असून प्रत्यक्ष काढलेल्या आलेखांमध्ये वरील आकृतिबंधामध्ये थोडी विविधता येऊ शकते याची नोंद घ्यावी. सहसंबंधाच्या प्रकाराबाबत निर्णय घेताना खालील तत्त्व सर्वसाधारणपणे वापरले जाते.

जर आलेखामधील आकृतिबंध हा धन चढाच्या रेषेशी साधर्म्य वा साम्य दाखवीत असेल तर त्या दोन चलांमध्ये धनसहसंबंध आहे असा प्राथमिक निष्कर्ष काढता येतो. तसेच जर आलेखामधील आकृतिबंध ऋण चढाच्या रेषेशी साधर्म्य वा साम्य दाखवीत असेल तर त्या दोन चलांमध्ये ऋण सहसंबंध आहे असा प्राथमिक निष्कर्ष काढता येतो. वरील दोहोंपैकी कशाशीही आलेखामधील आकृती साधर्म्य वा साम्य दाखतीत नसेल तर दोन चलांमध्ये सहसंबंध नाही असा प्राथमिक निष्कर्ष काढता येतो.

सहसंबंधाचे मापक :

एकदा दोन चलांतील सहसंबंधाची निश्चिती झाली की पुढील प्रश्न उपस्थित होतात ते म्हणजे या सहसंबंधाचे प्रमाण किती? हा सहसंबंध गणितीय मापकाच्या सहाय्याने मोजता येतो का? या प्रश्नांची उत्तरे देण्यासाठी कार्ल पिअर्सन या संख्या शास्त्रज्ञाने एक मापक दिले त्याला सहसंबंधाचा गुणांक म्हणतात.

सहसंबंध गुणांक :

हे मापक दोन चलांतील रेषीय (Linear) सहसंबंधाचे मोजमाप करते. नमुना माहितीसाठ्यासाठी (Sample) गुणांक ४_{XY} दर्शविला जातो. हा सहसंबंधगुणांक

खालील सूत्राने काढतात.

$$r_{XY} = \frac{\text{X व Y मधील सहविचलन}}{(\text{Std. deviation X चे}) \times (\text{Std. deviation Y चे})}$$

$$r_{XY} = \frac{n\sum xy - \sum x \cdot \sum y}{\sqrt{n\sum x^2 - (\sum x^2)}\sqrt{n\sum y^2 - (\sum y)^2}}$$

सहसंबंध गुणांकाचे गुणधर्म :

(अ) सहसंबंध गुणांकाची कक्षा

$-१ \leq r_{xy} \leq १$

(ब) सहसंबंध गुणांकाची किंमत आरंभबिंदू आणि मोजपट्टी बदलली असता तीच राहते व स्थिर राहते.

(क) या गुणांकाला एकक नसते.

हा गुणधर्म व्यावहारिक उपयोगाच्या दृष्टिकोनातून अतिशय महत्त्वपूर्ण आहे. अनेक अभ्यासांमध्ये निरीक्षणांच्या किमती या मोठ्यामोठ्या असतात. (सहस्र, दशसहस्र, लोकसंख्या, जंगलाचे क्षेत्रफळ इत्यादी). तसेच या निरीक्षणांच्या किमतींची कक्षासुद्धा खूप मोठी असते. या बाबींमुळे बऱ्याचदा या माहितीसाठ्याची साठवणूक करणे व विश्लेषण करणे हे कठीण होऊन बसते व या दोन्ही गोष्टींना बऱ्याच मर्यादा पडतात. अशा प्रकारची अडचण संगणकाच्या वापरागुळे थोडी कमी करता येते. परंतु पूर्णपणे काढून टाकता येत नाही. यामुळेच गुणधर्म (ब) चे महत्त्व लक्षात येते. या गुणधर्मामुळे चलांच्या मूळ किमतींचा माहितीसाठा करण्यापेक्षा नवीन चलाचा माहितीसाठा करूनही आवाका व कक्षा मूळ चलांच्या आवाका व कक्षांपेक्षा खूप लहान असतात. त्यामुळे त्यांची साठवणूक व विश्लेषण करणे तुलनेने खूप सोपे जाते.

सहसंबंध गुणांकाचा अर्थ व सहसंबंध गुणांकावरून काढण्याचे निष्कर्ष :

सहसंबंध गुणांकाच्या किमतीवरून निष्कर्ष काढण्यासाठी पुढील कोष्टक वापरतात.

सहसंबंध गुणांकाची कक्षा	काढावयाचा निष्कर्ष
(अ) -१ ते -०.७५ [-१, -०. ७५]	खूप मोठ्या प्रमाणावर ऋण सहसंबंध किंवा खूप ऋण सहसंबंध (दोन चलांमध्ये खूप प्रमाणात ऋण संबंध आहे)
(ब) -०.७५ ते -०.५ [-०.७५, ०. ५०]	मध्यम प्रमाणावर ऋणसंबंध अथवा मध्यम ऋण सहसंबंध (दोन चलांमध्ये मध्यम प्रमाणात ऋण सहसंबंध आहे)
(क) -०.५. ते ०.०० [-०.५०, ०.००]*	अल्प ऋण संबंध किंवा जवळजवळ ऋण संबंध नाही.
(ड) ०.०० ते ०.५० [०..., ०.५.]*	अल्प धनसंबंध किंवा जवळजवळ धन संबंध नाही
(इ) ०.५. ते ०.७५ [०.५., ०.७५]	मध्यम प्रमाणावर धनसहसंबंध अथवा मध्यम धन सहसंबंध (दोन चलांमध्ये मध्यम प्रमाणात धन सहसंबंध आहे)
(ई) ०.७५ ते १.०० [०.७५, १.००]	खूप मोठ्या प्रमाणावर धनसहसंबंध अथवा खूप मोठा सहसंबंध (दोन चलांमध्ये खूप मोठ्या प्रमाणात धन सहसंबंध आहे)

कक्षा (क) व (ड) च्या बाबतीत निष्कर्ष जरा काळजीपूर्वक काढावा लागतो. कारण बऱ्याचवेळा सहसंबंध गुणांकाची किंमत या कक्षेत येते. पण दोन चलांत सहसंबंध नसतो. असे असतानासुद्धा या गुणांकाची किमत शून्य न येण्याचे कारण बऱ्याचदा नमुनासाठ्यातील विविधता वा विचलन असते (Sampling Variation or fluctuation). अशा कक्षेतील किमतीवरून काढावयाच्या निष्कर्षासाठी वरील कोष्टकासहित अनुमानात्मक संख्याशास्त्रीय पद्धती वापराव्या लागतात व त्यावरून या किमतीचे महत्त्व वा तिची सत्य असत्यता ठरवावी लागते.

त्याचबरोबर सहसंबंध गुणांकाच्या किमती -१ अथवा १ असल्यास अतिशय काळजीपूर्वक निष्कर्ष काढावा लागतो. कारण अशा प्रकारच्या किमती बऱ्याच वेळा ‘‘वरवरचे वा आभासी’’ सहसंबंध दर्शवितात. म्हणजे आपण अभ्यासत असलेली दोन्ही चले स्वतंत्रपणे तिसऱ्या z या चलाशी सहसंबंधित असतात व हेच सहसंबंध मोठ्या प्रमाणावर असतात. मात्र X व Y ही दोन्ही चले मात्र निरावलंबित (Independant) असतात. या दोन्ही चलांचे z या चलाशी असलेल्या मोठ्या प्रमाणावरील सहसंबंधामुळे ते एकमेकांशी मोठ्या प्रमाणावर सबंधित दिसतात. अशा

परिस्थितीत अर्धसहसंबंध गुणांक (Partial Correlation Coefficient) काढून निर्णय घेतला जातो, तर काही परिस्थितीतीत बहुचल सहसंबंध गुणांक विचारात घ्यावा लागतो (Multiple Correlation Coefficient).

आणखी एक अत्यंत महत्त्वाची लक्षात घेण्याची बाब म्हणजे सहसंबंध गुणांक. हा फक्त गणितीय व रेषीय (Linear) सहसंबंधाचेच मापन करतो. त्यामुळे ४$_{xy}$ = 0 याचा अर्थ दोन्ही चले परस्परसंबंधित नाहीत असा काढणे धोक्याचे ठरते. यावरून आपण फक्त इतकाच निष्कर्ष काढू शकतो की दोन्ही चले ही गणितीय वा रेषीय रीतीने (Linearly) सहसंबंधित नाहीत. ही चले कदाचित वक्राकार सूत्राने बद्ध असू शकतात. म्हणजेच त्यांच्यात वक्राकार वा भौमितिक प्रकाराचा सहसंबंध असू शकतो. या परिस्थितीत विकीर्णालेख खालीलप्रमाणे दिसतो.

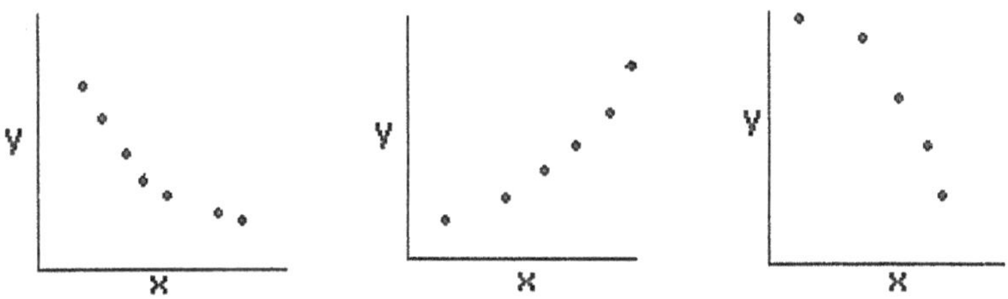

आकृती १०

समाश्रयण (Regression)

दोन चलांमधील परस्परसबंध अथवा सहसंबंध कसा ओळखावा व त्याचे मापन कसे करावे याची चर्चा आपण मागील प्रकरणात केलेली आहे. परंतु वर उल्लेखिलेले मापक फक्त निरवलंबित चलात झालेल्या बदलामुळे अवलंबित चलामध्ये झालेल्या बदलाची दिशा दर्शविते. यामुळेच व सहसंबंध गुणांक हा फक्त गणितीय वा रेषीय सहसंबंध मोजत असल्यामुळे त्याच्या वापराला मर्यादा पडतात. सहसंबंध गुणांकाने उत्तर देता न येण्यासारखे काही प्रश्न खाली वर्णन केले आहेत.

(अ) जर निरावलंबित चलाच्या किमतीमध्ये ‘क्ष’ एककांनी वाढ किंवा घट केली तर अवलंबित चलाच्या किमतीत किती एककाने वाढ (घट) होईल.

(ब) जर एखाद्या घटकावरील निरावलंबित चलाची किंमत माहीत असेल तर अवलंबित चलाच्या किमतीचा काही प्रमाणात अंदाज व्यक्त करता येईल का? किंवा अवलंबित चलाच्या किमतीचे विशिष्ट योग्यतेचे अनुमान लावता येईल काय?

(क) या दोन चलांच्या सहसंबंधाचे गणितीय सूत्र सांगता येईल का अथवा या सहसंबंधाचे गणितीय प्रतिरूप बनविता येईल का?

वर चर्चिलेल्या प्रश्नांवरून एक गोष्ट नक्कीच स्पष्ट होते की वरील प्रश्नांची उत्तरे देण्यासाठी सहसंबंध गुणांक पुरेसा ठरत नाही तर एखाद्या नव्या संख्याशास्त्रीय विश्लेषकपद्धतीची आवश्यकता असते. ही गरज लक्षात घेऊनच समाश्रयण विश्लेषणपद्धतीचा जन्म झाला.

वर उल्लेखिलेल्या प्रश्नांची काही व्यवहारातील उदाहरणे पाहू या.

(१) बऱ्याच वेळा अशी मते हवामानाच्या अभ्यासात मांडली जातात की पवनचक्क्या उभारल्यामुळे एखाद्या ठिकाणचे पर्जन्यमान घटते. जेवढ्या जास्त पवनचक्क्या तेवढे कमी पर्जन्यमान. अशा प्रकारचे वादविवाद/चर्चा वारंवार होताना दिसतात. हया प्रश्नाचे उत्तर शोधण्यासाठी प्रथम द्विचलीय माहितीसाठा (X_1, Y_1) ---- $_0(X_n, Y_n)$ गोळा करावा. यामध्ये X: पवनचक्क्यांची संख्या विशिष्ट ठिकाणाच्या Y; विशिष्ट ठिकाणचे पर्जन्यमान जर या दोन चलांमध्ये ऋणसहसंबंध गुणांक आला आणि त्याची किंमत नोंद घेण्याच्या प्रमाणाची/प्रमाणात असेल तर (Significance of the Value of Correlation Coefficient) वर व्यक्त केलेल्या विधानात तथ्य आहे अन्यथा नाही. परंतु समजा आता असा प्रश्न आला की पवनचक्क्यांची संख्या ''क्ष'' ने कमी केली (वाढविली) तर पर्जन्यमानामध्ये किती एककांनी वाढ (घट होईल) ? या प्रश्नाचे उत्तर देण्यास हा गुणांक असमर्थ ठरतो.

(२) आणखी एक वारंवार चर्चिला जाणारा प्रश्न वा चर्चिले जाणारे विधान म्हणजे ''एखाद्या धरणातील पाणीसाठ्याची पातळी आणि ते धरण ज्या भागात आहे त्या भागात घडणाऱ्या वर्षातील भूकंपांची संख्या वा भूकंपाची तीव्रता यांच्यात परस्पर सहसंबंध आहे काय? महाराष्ट्रातील नागरिक या प्रश्नाशी चांगलेच सुपरिचित आहेत. कारण हा प्रश्न कोयना धरणाच्या संदर्भात वारंवार चर्चेत येत असतो. या उदाहरणाचाही ऊहापोह उदाहरण क्रमांक (१) प्रमाणे करता येईल.

(३) अंततः हे तर सर्वश्रुत आहे की पर्जन्यमान (मिमी मध्ये) आणि धरणाची पाणीपातळी पावसाळ्यात महत्वाची निरीक्षणे ठरतात. या दोन चलांच्या बाबतीतील माहितीसाठा पूरनियंत्रण आणि पूरव्यवस्थापनात अत्यंत महत्त्वाची भूमिका पार पाडतो. यामुळेच धरणाच्या पाण्याचा विसर्गाचा वेग ठरविता

येतो. हा वेग ठरविताना धरणातील पाण्याची पातळी आवश्यक पातळीच्या खाली जाणार नाही याची काळजी घ्यावी लागते. तसेच धरणाची सुरक्षितता व नदीच्या पात्राचा वाढणारा फुगवटा याचासुद्धा विचार करावा लागतो. तसेच नदीच्या पर्जन्यविभागात होणारा पाऊस (Rainfall in the Catchment area of river) हा धरणाच्या पातळीच्या वाढण्याचा वेग नियंत्रित करीत असतो. तसेच तो नदीपात्राची रुंदी वा नदीचा फुगवटा यावर अप्रत्यक्षपणे परिणाम करीत असतो. यामुळे नदीने धोक्याची पातळी ओलांडण्याची वेळ या चलाचे योग्य प्रमाणात व जास्तीत जास्त अचूक निदान पर्जन्यमानाच्या माहीत असलेल्या किमतीवरून करणे अत्यंत आवश्यक ठरते. तसेच पर्जन्यमानाचा बदलण्याचा वेग हा धोक्याची पातळी ओलांडण्याच्या वेळातील बदलावर परिणाम करीत असावा. त्यामुळेच फक्त या दोहोंतील सहसंबंध-गुणांक इथे पुरेसा ठरत नाही तर अनुमान व वेगाशी संबंधित गणिते करावयाची असल्यामुळे समाश्रयण विश्लेषणपद्धतीची गरज पडते.

वरील तीनही उदाहरणे समाश्रयणपद्धतींची गरज निर्देशित करतात.

समाश्रयण विश्लेषण

दोन चलांच्या किमतीची प्रत्येक घटकांवर निरीक्षणे नोंदविली जातात. या निरीक्षणांचा संच म्हणजे द्विचलीय माहितीसाठा. ही निरीक्षणे

(X_i , Y_i) $i = 1, 2, \text{---} n$ अशा रीतीने दर्शविली जातात.

या चलांपैकी एक चल निरावलंबित चल म्हणून विचारात घेतले जाते तर दुसरे चल अवंलबित चल म्हणून विचारात घेतले जाते. सामान्यतः निरवलंबित चल X ने व अवलंबित चल Y ने दर्शविले जाते.

या अभ्यासाचा मुख्य उद्देश X व Y यांच्यातील सहसंबंध गणितीय सूत्रात बद्ध करणे अथवा X व Y यांच्यातील सहसंबंध सांगणारे गणितीय समीकरण शोधून काढणे हा होय. अन्य भाषेत सांगायचे तर असे नाते वा नियम शोधून काढणे की $Y = f(x)$ गणितीय भाषेत मांडता येईल.

दुसऱ्या टप्प्यात या समीकरणातील X च्या सहगुणकाची व स्थिरांकाची किंमत उपलब्ध माहितीसाठ्यातील किमती आणि योग्य ती गणितीय पद्धत वापरून काढणे हे काम केले जाते.

काही काही वेळा $X = g(y)$ अशा प्रकारचे समीकरणसुद्धा काढावे लागते. हे करीत असताना वरील पद्धतीत X and Y यांची भूमिका बदलून त्याच पद्धतीने काम केले जाते.

वरील पद्धतीने सहसंबंधासाठीचे गणितीय समीकरण तयार करण्याला ''समाश्रयण विश्लेषण'' म्हणतात, तर X ला Y चा ''समाश्रयक'' म्हणतात. जर 'f' हे रेषेचे समीकरण असेल तर अशा समाश्रयणाला रेषीय वा गणितीय समाश्रयण म्हणतात. जर 'f' हे द्वितीय घाताचे समीकरण असेल तर अशा समाश्रयणाला ''द्विघातीय वा द्विवक्रीय समाश्रयण म्हणतात. अशाच प्रकारे 'f' च्या प्रकारावरून समाश्रयणाला नावे दिली जातात.

रेषीय समाश्रयणाचे समीकरण काढण्याची पद्धत

X : निरावलंबित चल Y : अवलंबित चल

समजा Y = f (x) = a + bx हे Y अवलंबित x चे रेषीय समाश्रयणाचे समीकरण आहे. हेच समीकरण दुसऱ्या पद्धतीने खालीलप्रमाणे लिहिता येऊ शकते.

$Y = a+bX$

असे लिहिण्याचे कारण की या स्वरूपात ते समजण्यास सोपे तर जातेच शिवाय a, b चा अर्थही चटकन लक्षात येतो. हे समीकरण मिळविण्यासाठी माहितीसाठ्यावरून a आणि bच्या अनुमानात्मक किमती काढाव्या लागतील.

अशा प्रकारे अनुमानात्मक किमती काढण्यासाठी वापरण्यात येणाऱ्या पद्धतीला ''कमीत कमी वर्गाची वा न्यूनतम वर्गाची पद्धत'' असे म्हणतात.

a व b च्या अनुमानात्मक किमती खालील सूत्राने काढता येतात.

$$b = \frac{n\sum xy - \sum x \cdot \sum y}{n\sum x^2 - (\sum x)^2}$$

$$a = \overline{Y} - b\overline{X}$$

पुढे दिलेल्या तक्त्यात नदीच्या उगमापासून अंतर, व नदीतील बेटांची संख्या दिलेली आहे. या आकडेवारीवरुन बेटांची संख्या व उगमापासून अंतर यात किती सहसंबंध आहे ते ठरविण्यासाठी, सहसंबंध गुणांक काढता येईल. त्याकरता कार्ल पिअर्सन व स्पिअरमन या दोन्ही पद्धती वापरता येतात. हा सहसंबंध समाश्रयण रेषेने दाखविला जातो व त्याकरता समाश्रयण रेषेचे सूत्र निश्चित केले जाते.

उगमापासून अंतर (मीटर)	20,	11,	15,	18,	10,	7,	8,	15,	20,	60
बेटांची संख्या	5,	5,	4,	3,	4,	3,	3,	2,	2,	12

सहसंबंध गुणांक (Coefficient of corelation)

पिअर्सन यांची पद्धती :

$$\text{सूत्र } r = \frac{cov \cdot xy}{\sigma x\, \sigma y} \text{ ; म्हणजेच}$$

$$r = \frac{\text{क्ष आणि य मधील सहप्रचरण}}{\text{क्ष चे प्रमाणित विचलन} \times \text{य चे प्रमाणित विचलन}}$$

सूत्रातील संख्या मिळविण्यासाठी पुढीलप्रमाणे सारणी तयार करावी.

X अंतर(मी)	Y संख्या	$X-\bar{X}$	$(X-\bar{X})^2$	$(Y-\bar{Y})$	$(Y-\bar{Y})^2$	$(X-\bar{X})(Y-\bar{Y})$
20	5	1.6	2.56	0.7	0.49	1.12
11	5	-7.4	54.76	0.7	0.49	-5.18
15	4	-3.4	11.56	-0.3	0.09	1.02
18	3	-0.4	0.16	-1.3	1.69	0.52
10	4	-8.4	70.56	-0.3	0.09	2.52
7	3	-11.4	129.96	-1.3	1.69	14.82
8	3	-10.4	108.16	-1.3	1.69	13.52
15	2	-3.4	11.56	-2.3	5.29	7.82
20	2	1.6	2.56	-2.3	5.29	-3.68
60	12	41.6	1730.56	7.7	59.29	320.32
Σ184	**43**	**0**	**2122.40**	**0**	**76.10**	**352.80**
18.4	**4.3**	**सरासरी**				

$$cov \cdot xy = \frac{\left[\sum (X-\bar{X}) \cdot (Y-\bar{Y})\right]}{n} = \frac{352.8}{10} = 35.28$$

$$\sigma x = \sqrt{\frac{\sum (X-\bar{X})^2}{n}} = \sqrt{\frac{2122.4}{10}} = 14.56$$

यावरून सहसंबंध गुणांकाची संख्या पुढीलप्रमाणे ठरविली जाईल.

$$r = \frac{35.28}{(14.56)(2.76)} = \frac{35.28}{40.19} = 0.88$$

पिअर्सन यांचे हेच सूत्र,

$$r = \frac{n\sum XY - \sum X \cdot \sum Y}{\sqrt{n\sum X^2 - (\sum X)^2}\sqrt{n\sum Y^2 - (\sum Y)^2}}$$

असेही मांडता येते. याकरता पुढील सारणी बनवावी लागेल.

X	Y	X^2	Y^2	XY
20	5	400	25	100
11	5	121	26	55
15	4	225	16	60
18	3	324	9	54
10	4	100	16	40
7	3	49	9	21
8	3	64	9	24
15	2	225	4	30
20	2	400	4	40
60	12	3600	144	720
184	43	5508	261	1144

वरील आकडेवारीवरून मिळणारी सहसंबंध गुणांकाची किमतही पहिल्या पद्धतीप्रमाणे मिळालेल्या संख्येएवढीच दिसून येईल.

$$r = \frac{10(1144) - (184)(43)}{\sqrt{10(5508) - (184)^2}\sqrt{10(261) - (43)^4}}$$

$$= \frac{3528}{145.68 \times 27.58} = \frac{3528}{4017.85} = 0.88$$

स्पिअरमन यांची क्रमसूचक श्रेणी पद्धत : या पद्धतीत क्ष व य चलांच्या किमती लक्षात घेऊन, प्रत्येक किमतीचा अनुक्रम ठरवावा लागतो. सर्वात मोठ्या किमतीत १ ला क्रमांक व त्यानंतरच्या मोठ्या किमतीला दुसऱ्या प्रमाणे क्रम दिले जातात. चलाची एकच किंमत दोनदा आली तर या अनुक्रमांची सरासरी काढून तो

क्रम दोन्ही किमतींना द्यावा लागतो. तीन किमती सारख्या आल्या तर तिन्हींच्या अनुक्रमांची सरासरी किंमत काढून तीच किंमत क्रम म्हणून लिहावी लागते. (उदा. ४ ही अनुक्रमाची किंमत दोनदा आली तर $\left(\frac{4+5}{2}\right)$ म्हणजे हा क्रमसूचक अंक 4.5 (Rank Order) घ्यावा. अनुक्रमाची किंमत ३ वेळा आली तर $\frac{6+7+8}{3} = 7$ हा क्रमसूचक अंक घ्यावा.

वरील उदाहरणात ही क्रमसूचक सूची पुढीलप्रमाणे तयार होईल.

X	Y	क्रमसूचक अंक(x)	क्रमसूचक अंक(y)	D फरक	D^2
20	5	2.5	2.5	0	0
11	5	5.0	2.5	2.5	6.25
15	4	4.5	3.5	1.0	1.0
18	3	3.0	5.0	-2.0	4.0
10	4	6.0	3.5	2.5	6.25
7	3	8.0	5.0	3.0	9.0
8	3	7.0	5.0	2.0	4.0
15	2	4.5	6.5	-2.0	4.0
20	2	2.5	6.5	-4.0	16.0
60	12	1.0	1.0	0	0
					50.50

सहसंबंध गुणांक पुढील सूत्र वापरून काढला जातो.

$$r = 1-\frac{6\sum d^2}{n(n^2-1)} = 1-\frac{6\sum d^2}{n^3-n} = 1-\frac{6(50.50)}{10^3-10} = 1-\frac{303}{990}$$

$$= 1 - 0.30 = 0.7$$

हा सहसंबंध समाश्रयण रेषेने दाखवताना, समाश्रयणरेषेचे

$y = a + bx$ हे सूत्र वापरले जाते.

इथे $b = \frac{n\sum xy - \sum x \sum y}{n\sum x^2 - (\sum x)^2}$ व $a = \bar{y} - b\bar{x}$

ही a आणि b साठी सूत्रे वापरून व वर दिलेल्या दोन्ही सारणींतील आवश्यक त्या बेरजा वापरून समाश्रयणरेषेचे सूत्र,

$y = a + bx$ हे पुढीलप्रमाणे निश्चित करता येते

$$b = \frac{10(1144)-(184)(43)}{10(5508)-(184)^2} = \frac{3528}{21224} = 0.17$$

$$a = 4.3 - (0.17)(18.4) = 4.3 - 3.13 = 1.17$$

म्हणजेच $y = 1.17 + 0.17x$ हे सूत्र मिळेल. मूळ सारणीतील अंतर 'क्ष' या अक्षावर व बेटांची संख्या 'य' अक्षावर दाखवून 'क्ष' च्या कोणत्याही दोन संख्यांसाठी 'य' च्या किमती सूत्रावरून शोधाव्या.

(क्ष ची किंमत १० असल्यास य ची किंमत

$y = 1.17 + 0.17(10) = 2.87$

व क्ष ची किमत २० असल्यास य ची किंमत

$y = 1.17 + 0.17(20) = 4.17$ असेल.)

मूळ आकडेवारीवरून विकीर्णालेख (Scatter Diagram) काढला जातो आणि 'य' च्या वर सांगितल्याप्रमाणे मिळालेल्या दोन किमती जोडून समाश्रयणरेषा काढली जाते. (आकृती ११ पाहा.)

'r' चे मूल्य किती योग्य आहे ते ठरविण्यासाठी 't' चाचणीचा वापर केला जातो. यासाठी पुढील सूत्र वापरतात.

$$t = \sqrt{\frac{r^2 - (n-2)}{1-r^2}}$$

(इथे r = सहसंबंध गुणांक व

n= चलातील एकूण संख्या)

विमुक्त संख्यामान n-2 असतांना 't' चे कोष्टक मूल्य पाहून 'r' चे मूल्य कितपत योग्य आहे ते तपासले जाते.

समाश्रयणरेषेपासून (आ. ११) विकीर्णालेखातील प्रत्येक बिंदू किती दूर आहे ते पाहून त्यातील अवशिष्ट मूल्य (Residuals) ठरविले जाते. प्रत्येक बिंदूवरून समाश्रयणरेषेवर लंब टाकून अथवा $\hat{y} - y$ या सूत्राने अवशिष्ट मूल्ये मिळविता येतात.

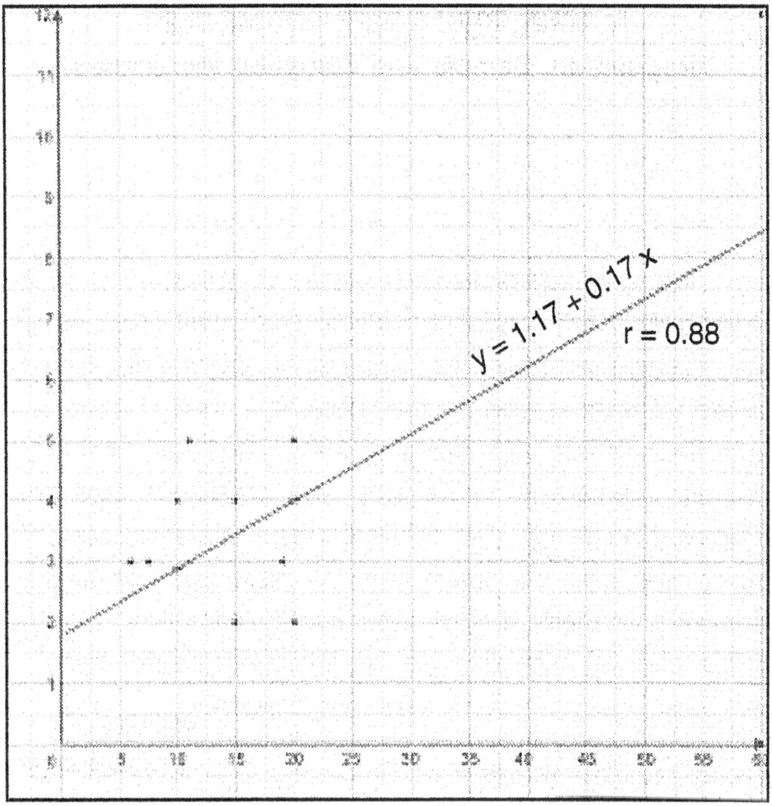

आकृती ११

❑

५. समष्टी, नमुना व नमुना घेण्याच्या पद्धती
(Population, Sample and Sampling techniques)

एखाद्या भौगोलिक घटकाची एखाद्या प्रदेशासाठी किंवा विशिष्ट कालखंडासाठी पूर्णपणे मिळविलेली आकडेवारी म्हणजे समष्टी (Population) होय. उदाहरणार्थ महाराष्ट्राच्या, विदर्भ अथवा कोकण अशा भागासाठी गेल्या ३० वर्षांतील पर्जन्याच्या आकडेवारीला समष्टी म्हणता येईल. समष्टी ही सर्वसमावेशक असून तिच्या प्रादेशिक मर्यादा निश्चितपणे सांगणे गरजेचे असते. कित्येक वेळा समष्टीतील आकडेवारी ही अमर्याद असते. अशा सांख्यिकीतील एकूण संख्या निश्चितपणे सांगता येत नाही. (उदा. नदीपात्रातील गाळात आढळणाऱ्या अवसादांचा आकार त्यांची संख्या यास अमर्याद समष्टी असे म्हटले जाते. जेव्हा समष्टीतील संख्या भरपूर पण मर्यादित व पूर्णपणे मोजता येणाऱ्या असतात तेव्हा त्या समष्टीस मर्यादित समष्टी असे म्हटले जाते. (उदा. सह्याद्री पर्वतातील वस्त्यांची संख्या)

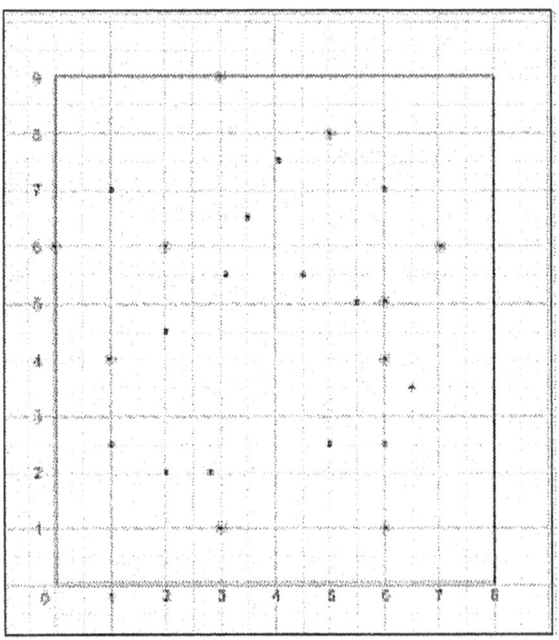

यादृच्छिक अंक सारणीप्रमाणे नमुना

३९, ६५, ७६,
६४, ६१, २६,
३१, ५८, १४, ०६

क्रमबद्ध प्रतिचयन प्रमाणे नमुना

३९, २६, १४, ३१

आकृती १२ : बिंदू प्रतिचयन व्यूह

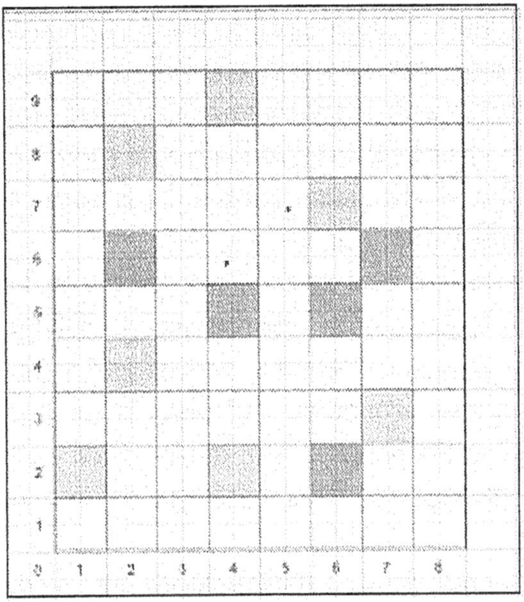

यादृच्छिक अंक सारणीप्रमाणे नमुना

६५, ७६, ४५, २६, ६२

क्रमबद्ध प्रतिचयन-प्रमाणे नमुना

२६, ६२

आकृती १३ : क्षेत्र प्रतिचयन व्यूह

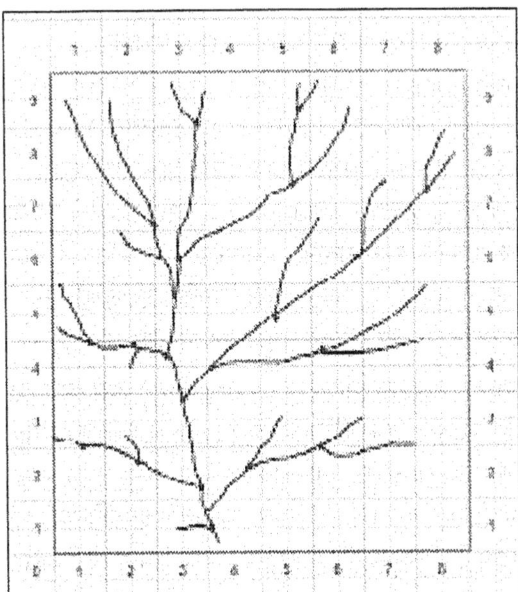

यादृच्छिक अंक सारणीप्रमाणे नमुना

३९, ६९, २६, ३१, २४

क्रमबद्ध प्रतिचयन-प्रमाणे नमुना

३९, २६, २४

आकृती १४ : रेषीय प्रतिचयन व्यूह

समष्टीतील घटकांचे वितरण हे बिंदू (Point) रेषात्मक (Linear) किंवा क्षेत्रीय (Areal) स्वरूपाचे असते. पर्जन्याची आकडेवारी ही निरनिराळ्या ठिकाणी पर्जन्य मोजून म्हणजे स्थाननिगडित अथवा बिंदू वितरण स्वरूपात असते. रस्ते, नद्या, कालवे उतार या संदर्भातील माहितीचे किंवा घटकांचे वितरण रेषीय स्वरूपाचे तर जंगलाखालील क्षेत्र, शेतीयोग्य जमिनीचे अथवा पडजमिनीचे क्षेत्र ही आकडेवारी क्षेत्रीय स्वरूपात वितरित झालेली असते. (आ. १२, १३, १४)

भूगोलातील विविध समस्यांची उकल करण्यासाठी अशा तऱ्हेच्या बिंदू, रेषा किंवा क्षेत्र वितरित, मर्यादित अथवा अमर्यादित स्वरूपाच्या समष्टीतून प्रातिनिधिक नमुने (Representative samples) गोळा करून, त्यांचे सांख्यिकी पृथक्करण व अभ्यास केला जातो. नमुन्यांच्या अभ्यासावरून समष्टीसंबंधीचे निष्कर्ष काढले जातात. समष्टीतून सांख्यिकी पद्धतीने निवडलेल्या अशा सामग्रीस प्रतिदर्श अथवा नमुना म्हटले जाते. अशा नमुन्यांकडून काही विशिष्ट गोष्टींची पूर्तता होणे आवश्यक असते. त्या पुढीलप्रमाणे.

(१) प्रातिनिधिकता-(Representation) समष्टीतून घेतलेला नमुना समष्टीचे प्रतिनिधित्व करणारा असावा. म्हणजेच समष्टीतील संख्यांचे स्वरूप व नमुन्यातील संख्यांचे स्वरूप यात फारसा फरक नसावा. नदीपात्रातील गाळाचा नमुना घेताना, तो नमुना सामान्यपणे इतर गाळाप्रमाणेच असावा.

(२) पूर्वग्रहरहितता (Unibiasness) नमुना घेताना त्यात कोणताही पूर्वग्रह नसावा. काही वेळा नमुना निवडताना आधीच ठरवून ठेवलेल्या निष्कर्षाला पूरक अशीच माहिती नमुन्यात घेतली जाण्याची शक्यता असते. हे टाळण्यासाठी तो पूर्णपणे यादृच्छिक (Random) असणे गरजेचे असते. (उदा. नदीपात्रातील गाळाचे नमुने घेताना, नदीवरील पुलाजवळ ते घेतले जाण्याची शक्यता जास्त असते. हे टाळून, नदीपात्रातील कोणतेही ठिकाण नमुना घेण्यासाठी योग्य आहे असे समजून नमुना घेणे गरजेचे असते.)

समष्टीतून नमुना घेण्याच्या पद्धतीस प्रतिचयन (sampling) असे म्हणतात. यासाठी समष्टीचे विभाग पाडले जातात. यास प्रतिचयन व्यूह (sampling Frame) असे म्हटले जाते. बिंदू, रेषा अथवा क्षेत्रीय माहितीकरता असे व्यूह तयार करून त्यातून बिंदू, रेषा, व क्षेत्र संबंधी नमुने गोळा केले जातात. आकृतीत दाखविल्याप्रमाणे बिंदू प्रतिचयन व्यूहातील प्रत्येक बिंदू नमुन्यात समाविष्ट होण्याची समान संधी असते. (Equal chance of selection) रेषा व क्षेत्र प्रतिचयन व्यूहातील घटकांबद्दलही हेच म्हणता येईल.

या व्यूहातील कोणते बिंदू, रेषा अथवा क्षेत्र नमुन्यात समाविष्ट करणे हे ठरविण्यासाठी (१) यादृच्छिक प्रतिचयन (Random sampling) व (२) क्रमबद्ध प्रतिचयन (Systematic sampling) या प्रमुख दोन पद्धती वापरल्या जातात

यादृच्छिक प्रतिचयन पद्धतीत, यादृच्छिक अंकसारणीचा (Random Number Table) वापर केला जातो. या सारणीतील क्रमांक उभ्या किंवा आडव्या पद्धतीने नमुनानिवडीकरिता वापरले जातात. बिंदू व्यूह असल्यास त्या क्रमांकाचे बिंदू, रेषीय व्यूह असल्यास त्या क्रमांकाची रेषीय घटना, आणि क्षेत्र व्यूह असल्यास त्या क्रमांकाचे क्षेत्र यांची केलेली निवड ही यादृच्छिक (Random) व पूर्वग्रहरहित असते.

यादृच्छिक अंकसारणी वापरून केलेली नमुनानिवड नेहमीच निर्दोष असते असे नाही. सारणीने सुचविलेले नमुने काही वेळा संपूर्ण समष्टीच्या एखाद्याच भागाचे प्रकर्षाने प्रतिनिधित्व करतात असेही होऊ शकते. हे टाळण्यासाठी क्रमबद्ध प्रतिचयन-पद्धती (Systematic Sampling) वापरली जाते. यात नमुने निवडताना बिंदूंची, रेषांची अथवा क्षेत्रांची निवड ही एक सोडून एक केली जाते.

भूगोलातील अभ्यासात अनेक वेळा, प्रदेशाची विभागणी करून, सांख्यिकी गोळा करणे आवश्यक असते. कारण सर्वत्र एकाच प्रकारची भौगोलिक अथवा पर्यावरणीय परिस्थिती नसते. खाडीच्या अभ्यासात खाडीमुखाजवळचा प्रदेश, मधला प्रदेश व खाडीच्या शीर्षभागी असलेला प्रदेश वेगळ्या प्रकारचा असतो. अशा ठिकाणी, खाडीचे तीन विभाग लक्षात घेऊन तीन ठिकाणी नमुने घेणे संयुक्तिक असते. अशा प्रतिचयनपद्धतीस, स्तरित प्रतिचयन (Stratified sampling) असे म्हटले जाते. ही नमुनानिवड वर वर्णन केल्याप्रमाणे यादृच्छिक व क्रमबद्ध अशी दोन्ही प्रकारे करता येते (स्तरित यादृच्छिक व स्तरित श्रमबद्ध)

हे सर्व करूनही निवडलेला नमुना हा समष्टीचे प्रतिनिधित्व करतोच असे नाही. समष्टी व नमुना यांत थोडाफार फरक हा निश्चितच राहतो. तो किती हे पाहणेही गरजेचे असते. यास समष्टी व नमुन्यातील प्रमाणित त्रुटीचा अंदाज असे म्हटले जाते.

समष्टी व नमुन्यातील प्रमाणित त्रुटीचा अंदाज (Standard error estimate)

निष्कर्षात्मक सांख्यिकी पद्धतीत, नमुन्यांची परिमाणे काढणे हा मुख्य हेतू नसतो तर समष्टीसंबंधी आडाखे बांधणे हा खरा हेतू असतो. समष्टीच्या अमर्याद स्वरूपामुळे, सरासरी, प्रमाणित विचलन यांसारखी परिमाणे काढणे थोडे अवघड होते. म्हणून समष्टीतून प्रातिनिधिक स्वरूपाचे नमुने घेऊन, त्यांच्या सरासरी व प्रमाणित

विचलनावरून, समष्टीसंबंधी अंदाज व्यक्त केले जातात.

अशा तऱ्हेने एकाच समष्टीत अनेक नमुने घेतले तरी नमुनासरासरी व समष्टी-सरासरी यांत फरक हा पडतोच. नमुना हा समष्टीचे प्रतिनिधित्व करतो आहे असे मानले तर हा फरक त्रुटी (Error) म्हणूनच लक्षात घ्यावा लागेल. ही त्रुटी नमुन्यातील निरीक्षणसंख्या व समष्टीच्या प्रमाणित विचलनावर अवलंबून असते. नमुन्यातील निरीक्षणसंख्या जेवढी जास्त तितकी ही त्रुटी कमी असते.

नमुन्याची सरासरी $\overline{X}$, त्याचे विचलन S व त्यातील निरीक्षणसंख्या n ह्या अक्षरांनी व्यक्त केली जाते. समष्टीची सरासरी μ (म्यू), प्रमाणित विचलन σ (सिग्मा) व निरीक्षणसंख्या N या अक्षराने सांगितली जाते.

समष्टीच्या प्रमाणित विचलनाचा अंदाज (Standard error estimate) पुढील सूत्र वापरून केला जातो.

$$\hat{\sigma} = s\sqrt{\frac{n}{n-1}}$$

समष्टीच्या प्रमाणित विचलनाचा अंदाज =

$$\text{नमुन्याचे प्रमाणित विचलन} \sqrt{\frac{\text{नमुन्यातील निरीक्षणे}}{\text{नमुन्यातील निरीक्षणे} - १}}$$

यावरून सरासरीची प्रमाणित त्रुटी, (SE $\overline{X}$) पुढीलप्रमाणे काढली जाते

$$SE_{\overline{x}} = \frac{\hat{\sigma}}{\sqrt{n}}$$

$$= \frac{\text{प्रमाणित विचलनाचा अंदाज}}{\sqrt{\text{नमुन्यातील निरीक्षणे}}}$$

यावरून सरासरीच्या विश्वासार्हतेच्या मर्यादा (Confidence limits) काढता येतात.

$\overline{X} \pm SE\overline{x}$ या सूत्राने 68.1% संभाव्यता दर्शविणाऱ्या तर,

$\overline{X} \pm 2SE\overline{x}$ या सूत्राने 95% संभाव्यता दर्शविणाऱ्या मर्यादा काढता येतात.

याच पद्धतीने प्रमाणित विचलनाची प्रमाणित त्रुटी (SEs),

$SEs = \frac{\hat{\sigma}}{\sqrt{2n}}$ या सूत्राने व त्याच्या विश्वासार्हतेच्या मर्यादा

$S \pm SEs$ व $S \pm 2SEs$ अशी सूत्रे वापरून काढल्या जातात.

पुढील उदाहरणावरून हे स्पष्ट होईल.

एका शेतजमिनीच्या तुकड्यात विविध ठिकाणांहून मिळविलेल्या मातीच्या नमुन्यात आढळणारे बाष्प पुढील उदाहरणांत दिले आहे

22, 23, 28, 29, 35, 40, 19, 17, 15, 14

या सांख्यिकीची सरासरी 24.2 व प्रमाणित विचलन 8.7आहे.

समष्टीच्या प्रमाणित विचलनाचा अंदाज $\hat{\sigma} = S\sqrt{\frac{n}{n-1}}$

$$\hat{\sigma} = 8.7\sqrt{\frac{10}{9}} = 8.7\sqrt{1.1} = 9.12$$

यावरून सरासरीची प्रमाणित त्रुटी $SE\overline{X} = \frac{\hat{\sigma}}{\sqrt{n}} = \frac{9.12}{\sqrt{10}} = 2.9$

व त्याच्या विश्वासार्हतेच्या मर्यादा 24.2 ± 2.9 आणि $24.2 \pm 2(2.9)$ अशा असतील.

याच प्रकारे प्रमाणित विचलनाची प्रमाणित त्रुटी

$$SEs = \frac{\hat{\sigma}}{\sqrt{2n}} = \frac{9.12}{\sqrt{2 \times 10}}$$

$$= 2.04$$

व त्याच्या विश्वासार्हतेच्या मर्यादा, 8.7 ± 2.04 आणि $8.7 \pm 2(2.04)$ असतील.

❑

६. गृहीततत्त्वांची चाचणी
(Testing of Hypothesis)

एखाद्या समष्टीचा अभ्यास करण्याकरिता किंवा त्यासंबंधी काही निष्कर्ष काढण्याकरिता त्या समष्टीतून (population) यादृच्छिक नमुने (Random samples) घेतले जातात. या नमुन्यांच्या साहाय्याने समष्टीसंबंधी सांख्यिकी अनुमाने (Statistical inferences) काढली जातात. यासाठी गृहीततत्त्वांची चाचणी (Hypothesis testing) केली जाते.

सांख्यिकी गृहीततत्त्व (Statistical hypothesis) म्हणजे नमुन्याच्या सांख्यिकीच्या आधारे, समष्टीच्या परिमाणाबद्दल किंवा समष्टीतील आकडेवारीच्या वितरणाबद्दल केलेले विधान असते. काही विशिष्ट कार्यकारणभावावर आधारित असे हे विधान असते. गृहीतत्त्वांची चाचणी करण्यापूर्वी सर्वप्रथम अशा रीतीने एक विधान तयार केले जाते. त्यानंतर, नमुन्यांच्या साहाय्याने सांख्यिकी गोळा केली जाते. व विविध चाचण्या वापरून, समष्टीसंबंधी केलेली गृहिततत्त्वे तपासली जातात.

शून्यवत व पर्यायी गृहीततत्त्वे (Null and alternative hypothesis)

शून्यवत गृहीततत्त्वाला (H_0) आधारभूत विधान (Baseline statement) म्हणतात. समष्टीची सरासरी व नमुन्याची सरासरी यांतील फरक महत्त्वपूर्ण नाही. किंवा या दोघांत फारसा फरक नाही अशा अर्थाने हे विधान केले जाते (Hypothesis of No Difference)

$H_0 : \mu - \mu_0 = 0$ किंवा $\mu = \mu_0$

याउलट समष्टी सरासरी व नमुन्याची सरासरी यांतील फरक अर्थपूर्ण आहे अशा अर्थाच्या विधानास पर्यायी गृहीततत्त्व (H_1) असे म्हणतात. पर्यायी गृहीततत्त्व $H_1 : \mu \neq \mu_0$ या स्वरूपाचे किंवा $H_1 : \mu > \mu_0$ अथवा $H_1 : \mu < \mu_0$ असेही असू शकते. यातील $H_1 : \mu \neq \mu_0$ यास द्विपुच्छक (Two Tailed) तर $\mu > \mu_0$ किंवा $\mu < \mu_0$ यास एकपुच्छक (One Tailed) गृहीततत्त्व म्हटले जाते.

एकदा शून्यवत गृहीततत्त्व तयार केले की ते विधान चूक किंवा बरोबर ठरू शकते. गृहीततत्त्वाच्या अभिव्यक्तीत होणारी ही चूक दोन प्रकारची असते. (Type I and Type II error) पहिल्या प्रकारात शून्यवत गृहीततत्त्व खरे असूनही

त्याज्य ठरविले जाते व दुसऱ्या प्रकारात चुकीचे शून्यवत गृहीततत्त्व हे मान्य केले जाते. हे ठरविण्यासाठी विशिष्ट अशा **अर्थपूर्णत्वाच्या पातळीवर** (Level of significance) शून्यवत गृहीततत्त्व त्याज्य ठरविले जाते किंवा मान्य केले जाते. सामान्यपणे 0.5 व 0.01 या अर्थपूर्णत्वाच्या पातळ्यांवर विधान ग्राह्य किंवा त्याज्य ठरविले जाते (Level of Rejection). याचा अर्थ असा की 0.5 किंवा 5%पातळीवरील निर्णय 95% योग्य आहेत व 0.1किंवा 1% पातळीवरील निर्णय 99% योग्य आहेत. शून्यवत गृहीततत्त्व त्याज्य ठरविले गेल्यास पर्यायी गृहीततत्त्व ग्राहय मानले जाते. जेव्हा अर्थपूर्णत्वाची पातळी .05 किंवा 5% असते तेव्हा त्याचा अर्थ, शून्यवत गृहीततत्त्व योग्य असूनही त्याज्य ठरविले जाण्याची शक्यता 5% सूचित केलेली असते. म्हणजे निर्णयातली चूक शंभरात पाच वेळा असू शकते.

शून्यवत गृहीततत्त्व ग्राह्य किंवा त्याज्य ठरविण्याची निर्णयप्रकिया निष्कर्ष-मूल्य व कोष्टकमूल्य यांच्या संदर्भात केली जाते. सांख्यिकी चाचणीचे निष्कर्षमूल्य (Calculated value) जर कोष्टक मूल्यापेक्षा (Tabulated value) कमी असेल म्हणजेच क्रांतिक्षेत्राच्या (Critical region) अलीकडे असेल तर शून्यवत गृहीततत्त्व ग्राह्य मानले जाते. मात्र याउलट परिस्थितीत म्हणजे निष्कर्षमूल्य कोष्टकमूल्यापेक्षा जास्त असल्यास ते त्याज्य ठरविले आहे.

गृहीततत्त्वाच्या चाचणीत नमुनासांख्यिकी ही समष्टिसांख्यिकीतूनच (population) घेतलेली असते. नमुना घेताना तो ज्या प्रयोगाअंती घेतला असेल किंवा ज्या पध्दतीने घेतला असेल त्यानुसार नमुन्याचा आकार असतो. (Sample size) या नमुन्यात जेवढी निरीक्षणमूल्ये समाविष्ट केली जातात तीही नमुना ज्या परिस्थितीत घेतला गेला त्यावरही ठरतात. अर्थातच नमुन्याचा आकार म्हणजेच नमुन्यातील निरीक्षणमूल्यांची संख्या, गृहीततत्त्व चाचणीत महत्त्वाचा ठरतो. नमुना-आकाराचे हे महत्त्व लक्षात घेण्याचे काम 'विमुक्त संख्यामान' (Degrees of freedom) करते. 'विमुक्त संख्यामान' याचा अर्थ नमुन्यातील स्वतंत्र किंवा अवलंबून नसलेली, स्वावलंबी (Independant) निरीक्षणे. ही निरीक्षणे अभ्यासकाच्या इच्छेनुसार, जेवढ्या गटांत समाविष्ट करता येतात ती गटसंख्या म्हणजे विमुक्त संख्यामान. सामान्यपणे संख्यामान n-1 असे असते. कोष्टकस्वरूपात (Contingency table) असलेल्या निरीक्षणमूल्यांच्या बाबतीत मात्र (r-1) (c-1) या पद्धतीने संख्यामान ठरविले जाते.

गृहीततत्त्व चाचणीची मांडणी : गृहीततत्त्वे व त्यांची चाचणी ही एका विशिष्ट पद्धतीत मांडली जातात. ती पुढीलप्रमाणे.

H_0 - शून्यवत गृहीततत्त्व

H_1- पर्यायी गृहीततत्त्व

L.S. - अर्थपूर्णत्वाची पातळी - 0.05 / 0.01

D.F. - विमुक्त संख्यामान

Test value - चाचणीमूल्य/ निष्कर्षमूल्य

Table value - कोष्टकमूल्य

Decision - निर्णय

H_0 Accepted/ Rejected - शून्यवत गृहीततत्त्व ग्राह्य/ त्याज्य.

गृहीतत्त्व चाचण्यांचे प्रकार : गृहीततत्त्वांच्या चाचण्या सामान्यपणे दोन प्रकारांत विभागल्या जातात.

(१) परिमाणरहित (Non parametric) व

(२) परिमाणात्मक (parametric) चाचण्या

परिमाणरहित चाचण्या (Non parametric tests) नमुनावितरणांची सैद्धांतिक वितरणांशी (Theoretical distributions) तुलना केली जाते किंवा दोन वेगळ्या वितरणांची एकमेकाशी तुलना केली जाते तेव्हा त्या चाचणीस परिमाणरहित चाचणी असे म्हटले जाते. समष्टीतील निरीक्षणमूल्यांच्या वितरणाबाबत, समष्टीच्या अमर्याद आकारामुळे जेव्हा काहीच कल्पना करता येत नाही तेव्हा त्या चाचण्या उपयुक्त ठरतात. जेव्हा वितरणे एकशिखरी किंवा बहुशिखरी (Multimodal) असतात तेव्हाही या चाचण्यांचा उपयोग होतो. बऱ्याचवेळा नमुन्यातील निरीक्षणमूल्ये ही मोजदाद केलेल्या स्वरूपात (Counted) असली तर परिमाणरहित चाचण्यांचा वापर केला जातो. वाय स्क्वेअर के एस या प्रमुख परिमाणरहित चाचण्या आहेत.

x^2 चाचणी : अपेक्षित वितरण व प्रत्यक्ष वितरण यांची तुलना करणाऱ्या या चाचणीस 'एकवाक्यतेच्या योग्यतेची चाचणी' म्हटले जाते. यात प्रामुख्याने निव्वळ वारंवारता या स्वरूपात निरीक्षणे वापरली जातात. एक व दोन किंवा जास्त नमुन्यांसाठी ही पद्धत कशी वापरावी ते पुढे दिली आहे.

K-S चाचणी : दोन वितरणांची तुलना करण्यासाठी व त्यातील एकवाक्यता तपासण्यासाठी कोलमोग्रोव्ह स्मिरनॉव्ह (Kolmogrov-smirnov) यांनी मांडलेली चाचणी कशी वापरावी तेही पुढे दिले आहे.

x^2 test (एक नमुना पद्धती) : सागरी किनारी असलेल्या एका पुळणीवर चिखलयुक्त गाळाचे जे तुकडे आढळले त्यांची माहिती पुढील तक्त्यात दिली आहे.

चिखलयुक्त गाळांच्या तुकड्यांचे हे वितरण, अपेक्षित वितरणापेक्षा फारसे भिन्न नाही हे गृहीततत्त्व विश्वासार्हतेच्या 0.05 व 0.01 या पातळ्यांवर 'काय स्केअर' या चाचणीचा वापर करून ग्राह्य अथवा त्याज्य ठरवा.

पुळण प्रदेश-	A	B	C	D	E	F	G	H	I	J
तुकड्यांची संख्या-	12	17	19	11	24	18	9	14	26	23

$X^2 = \sum \frac{(O-E)^2}{E}$ हे सूत्र वापरण्यासाठी पुढील आकडेवारी तयार करणे आवश्यक आहे.

चिखलयुक्त तुकड्यांची अपेक्षित संख्या ही तुकड्यांच्या प्रत्यक्ष संख्येची सरासरी असेल म्हणजेच ती $\frac{\sum X}{N}$ या सूत्राप्रमाणे $\frac{173}{10}$ = 17.3 असेल

प्रत्यक्ष संख्या (O)	अपेक्षित संख्या (E)	O-E	$(O-E)^2$	$\frac{(O-E)^2}{E}$
12	17.3	- 5.3	28.09	1.62
17	17.3	- 0.3	0.09	0.005
19	17.3	1.7	2.89	0.17
11	17.3	- 6.3	39.69	2.29
24	17.3	6.7	44.84	2.59
18	17.3	0.9	0.49	0.28
9	17.3	- 8.3	68.89	3.98
14	17.3	- 3.3	10.89	0.63
26	17.3	8.7	75.69	4.38
23	17.3	5.7	32.49	1.87
				17.57

यावरून चाचणीची मांडणी पुढीलप्रमाणे केली जाते.

H_0 : शून्यवत गृहीततत्त्व : चिखलयुक्त गाळाच्या तुकड्यांचे प्रत्यक्ष वितरण व त्याचे अपेक्षित वितरण यांत लक्षणीय फरक नाही.

LS : विश्वासार्हतेच्या पातळ्या : 0.05 : व 0.01

DF : विमुक्त संख्यामापन : n-1 = 10-1 = 9

x^2 (cal) : x^2 चे निष्कर्ष मूल्य : 17.57

x^2 (tab) : x^2 चे कोष्टकमूल्य : 0.05 पातळीसाठी 16.919 व 0.01 पातळीसाठी 21.666

(कोष्टकमूल्यासाठी परिशिष्ट पाहावे)

निष्कर्ष : x^2चे मूल्य 0.05 पातळीसाठी कोष्टकमूल्यापेक्षा जास्त असल्यामुळे या पातळीवर गृहीततत्त्व त्याज्य तर 0.01 पातळीवर ग्राह्य ठरेल.

कोष्टक किंवा दुहेरी वर्गीकरण

x^2 test : Contingency Table

जेव्हा निरीक्षणांचे वर्गीकरण हे दोन घटकांच्या साहाय्याने केले जाते तेव्हा निरीक्षणमूल्यांचे कोष्टकस्वरूपात सादरीकरण करून, निरीक्षणमूल्यांचे वितरण व अपेक्षित मूल्यांचे वितरण यांची तुलना केली जाते.

पुढील उदाहरणात विविध प्रदेशांत आढळणाऱ्या काही वृक्षप्रकारांचे वितरण दाखविले आहे.

वृक्षप्रकार	डोंगरमाथा	डोंगरउतार	नदीखोरे	एकूण
अ	30	10	10	50
ब	50	30	20	100
क	50	60	40	150
ड	10	20	20	50
एकूण	**140**	**120**	**90**	**350**

शेवटच्या स्तंभात व शेवटच्या ओळीत याची एकूण बेरीज करून घ्यावी. या बेरजांच्या आधारे व पुढील सूत्राचा वापर करून अपेक्षित वितरणाचे कोष्टक मिळवावे.

$$\text{Expected Frequency} = \frac{\text{Row Total x Column Total}}{\text{Grand Total}}$$

$$\text{अपेक्षित मूल्य} = \frac{\text{ओळीतील बेरीज x स्तंभातील बेरीज}}{\text{एकूण बेरीज}}$$

(उदाहरणार्थ : ३० या पहिल्या संख्येचे अपेक्षित मूल्य= $\frac{50 \times 140}{350} = 20$)

याप्रमाणे प्रत्येक संख्येचे मूल्य काढावे व पुढील प्रकारचे कोष्टक तयार करावे.

प्रदेश वृक्षप्रकार	डोंगरमाथा	डोंगरउतार	नदीखोरे	एकूण
अ	20	17.1	12.9	50
ब	40	34.3	25.7	100
क	60	51.4	38.6	150
ड	20	17.1	12.9	50
एकूण	**140**	**120**	**90**	**350**

अपेक्षित वितरण व प्रत्यक्ष वितरण यात महत्त्वपूर्ण फरक आहे किंवा नाही हे गृहीततत्त्व तपासण्यासाठी x^2 चे मूल्य पुढीलप्रमाणे ठरविले जाईल.

प्रत्यक्ष संख्या (O)	अपेक्षित संख्या (E)	O-E	$(O-E)^2$	$\frac{(O-E)^2}{E}$
30	20	10.0	100.00	5.00
50	40	10.0	100.00	2.50
50	60	-10.0	100.00	1.67
10	20	-10.0	100.00	5.00
10	17.1	-7.1	50.41	2.94
30	34.3	-4.3	18.49	0.54
60	51.4	8.6	73.96	1.44
20	17.1	2.9	8.41	0.49
10	12.9	-2.9	8.41	0.65
20	25.7	-5.7	32.49	1.26
40	38.6	1.4	1.96	0.05
20	12.9	7.1	50.41	3.90
				25.46

चाचणीची मांडणी

H_0 : शून्यवत गृहीततत्त्व : वृक्षप्रकार व त्यांचे स्थान यासंबंधीचे प्रत्यक्ष वितरण अपेक्षित वितरणापेक्षा फारसे वेगळे नाही.

L.S. : विश्वासार्हतेच्या पातळ्या: 0.05 व 0.01

D.F. : विमुक्त संख्यामान, दुहेरी वर्गीकरण असताना हे संख्यामान (r-1) (c-1) म्हणजेच (ओळींची संख्या-1) (स्तंभांची संख्या-1) याप्रमाणे येथे (4-1) (3-1) = 6 एवढे असेल.

x^2 (cal) : x^2 निष्कर्षमूल्य 25.46

x^2 (tab) : x^2 कोष्टकमूल्य 0.05 साठी 12.592 व 0.01 साठी -16.812

(कोष्टकमूल्यासाठी परिशिष्ट पाहावे)

निष्कर्ष : x^2 चे निष्कर्षमूल्य हे दोन्ही पातळ्यांवर कोष्टकमूल्यापेक्षा जास्त आहे. त्यामुळे वर सांगितलेले शून्यवत गृहीततत्त्व त्याज्य ठरवावे.

K-S चाचणी (Kolmogorov-Smirnov test)

दोन नदीखोऱ्यांत आढळणाऱ्या जंगलतोड झालेल्या प्रदेशांचे वितरण पुढे दिले आहे. दोन्ही खोऱ्यांतील ही वितरणे फारशी भिन्न नाहीत. हे गृहीततत्त्व 0.05 व 0.01 या विश्वासार्हतेच्या पातळ्यांवर ग्राह्य अथवा त्याज्य ठरवा.

नदीखोरे १ - 32, 30, 29, 70, 25, 5, 14, 16, 18, 12, 8, 6, 35

नदीखोरे २ - 10, 12, 28, 35, 4, 3, 2, 15, 17, 16, 33, 22, 3

संकलित सापेक्ष वारंवारतेतील जास्तीत जास्त फरक काढणे व $4D^2 \frac{mn}{m+n}$ या सूत्राने K-S ची किंमत काढणे. यासाठी पुढील कोष्टक बनवावे लागेल

खोरे १	खोरे २	संकलित वारंवारता१	संकलित वारंवारता२	संकलित सापेक्ष वारंवारता१ (Crf_1)	संकलित सापेक्ष वारंवारता२ (Crf_2)	फरक Crf_1-Crf_2 |D|
32	10	32	10	0.11	0.05	.06
30	18	62	22	0.21	0.11	0.10
29	28	91	50	0.30	0.25	0.05
70	35	161	85	0.54	0.43	0.11
25	4	186	84	0.62	0.45	0.17
5	3	191	92	0.64	0.46	0.18
14	2	205	94	0.68	0.47	0.21
16	15	221	109	0.74	0.55	0.19
18	17	239	126	0.80	0.63	0.17
12	16	251	142	0.84	0.71	0.13
8	33	259	175	0.87	0.88	0.01
6	22	265	197	0.88	0.99	0.11
35	3	300	200	1.00	1.00	0.00
300	200					

दोन्ही नमुन्यातील निरीक्षणसंख्या सारखीच असेल तर

$KS = 4D^2 \frac{mn}{m+n}$ व दोन्ही नमुन्यांतील निरीक्षणसंख्या वेगवेगळी असेल

तर $x^2 = 4D^2 \frac{mn}{m+n}$ अशी सूत्रे वापरली जातात.

(इथे D म्हणजे संकलित सापेक्ष वारंवारतेत असलेला निव्वळ फरक M म्हणजे पहिल्या नमुन्यातील एकूण निरीक्षणसंख्या व N म्हणजे दुसऱ्या नमुन्यातील एकूण निरीक्षणसंख्या)

निरीक्षणमूल्यांची संख्या जेव्हा 35 पेक्षा जास्त असते तेव्हा

कोष्टकमूल्य 0.5 पातळीसाठी $\frac{1.36}{\sqrt{n}}$ व

0.1 पातळीसाठी $\frac{1.63}{\sqrt{n}}$ या सूत्रांनी ठरवावे.

जेव्हा दोन नमुन्यांतील संख्या कमी जास्त असेल तेव्हा विमुक्त संख्यामान 2 एवढेच घेऊन कोष्टकमूल्य पाहावे.

वरील उदाहरणात D चे निव्वळ मूल्य 0.21 आहे. (तक्ता पाहावा) m ची किंमत 300 व n ची 200 आहे. म्हणजेच दोन्ही नमुन्यांतील निरीक्षणसंख्या वेगवेगळी आहे.

म्हणून

$$Ks = x^2 = 4D^2 \frac{mn}{m+n}$$

$$= 4(0.21)^2 \frac{300 \times 200}{300 + 200}$$

$x^2 = Ks = 21.68$ हे Ks चे मूल्य आहे.

चाचणीची मांडणी

H_0 : शून्यवत गृहीततत्त्व : जंगलतोड क्षेत्राचे दोन्ही खोऱ्यांतील वितरण एकमेकांपासून फारसे भिन्न नाही.

L.S. : विश्वासार्हतेची पातळी, 0.05

D.F. : विमुक्त संख्यामान 2

Ks (Cal): Ks चे निष्कर्षमूल्य 21.68
Ks (tab) : Ks चे कोष्टकमूल्य 5.99 (0.05)
(कोष्टकमूल्यासाठी परिशिष्ट पाहावे)

Ks चे निष्कर्षमूल्य कोष्टकमूल्यापेक्षा जास्त आहे. त्यामुळे वर सांगितलेले शून्यवत गृहीततत्त्व त्याज्य मानावे.

परिमाणात्मक चाचण्या (Parametric Tests)

ज्या चाचण्यामधे विविध नमुने अथवा समष्टीच्या परिमाणांचे विश्लेषण केले जाते त्यास परिमाणात्मक चाचण्या म्हटले जाते. या चाचण्यांत, समष्टीचे वितरण हे प्रसामान्य (Normal) आहे असे गृहीत धरलेले असते. जेव्हा सांख्यिकीतील निरीक्षण मूल्ये मोजमाप केलेली (Measurement Format) असतात तेव्हा या चाचण्या वापरता येतात. स्टुडंटची टी चाचणी (Student's ` t' test) व स्नेडेकोरची एफ चाचणी (Snedecor's `F' test) या प्रमुख परिमाणात्मक चाचण्या पुढे दिलेल्या पध्दतीप्रमाणे वापरल्या जातात.

स्टुडंटची 'टी' चाचणी (Student's 't' test)

ही चाचणी समष्टी व नमुन्यातील फरक तपासण्यासाठी तसेच दोन नमुन्यांच्या सरासरीच्या तुलनेसाठी वापरली जाते.

(१) समष्टी व नमुन्याच्या तुलनेसाठी

या तुलनेसाठी जी चाचणी केली जाते तिचे सूत्र

$$t = \frac{|\overline{X} - \mu|}{\sigma / \sqrt{n}}$$ असे आहे.

(इथे $\overline{X}$ म्हणजे नमुन्याची सरासरी, μ म्हणजे समष्टीची सरासरी, σ म्हणजे नमुन्याचे प्रमाणित विचलन व n म्हणजे नमुन्यातील निरीक्षणसंख्या. $\overline{X} - \mu$ हा फरक निव्वळ फरक लक्षात घेतला जातो)

उदाहरण : एकूण २०० वनक्षेत्रांच्या अभ्यासातून असे लक्षात आले की वनांचे सरासरी क्षेत्र 5 चौ.कि.मी. असून त्याचे प्रमाणित विचलन 2 चौ.कि.मी. इतके आहे. या समष्टीतून 16 वनक्षेत्रांचा नमुना घेऊन त्याचा अभ्यास केल्यावर असे लक्षात आले की नमुन्यातील वनांचे सरासरी क्षेत्र 6 चौ.कि.मी. आहे आणि या वितरणाचे प्रमाणित विचलन 1.0 चौ.कि.मी. आहे.

वरील माहितीवरून समष्टी व नमुन्यात फारसा फरक नाही किंवा घेतलेला नमुना हा समष्टीचे प्रतिनिधित्व करतो आहे. हे गृहीततत्त्व 0.05 या

विश्वासार्हतेच्या पातळीवर ग्राह्य अथवा त्याज्य ठरवा.

$t = \frac{|\overline{X} - \mu|}{\sigma / \sqrt{n}}$ या सूत्रात वरील किमती घालाव्यात.

$$t = \frac{2.42 - 7.93}{1.5/\sqrt{18}} = \frac{2.51}{1.5/4.24} = \frac{2.51}{0.354}$$

$$= \frac{6-5}{1/\sqrt{16}} = \frac{1}{1/4} = 4$$

चाचणीची मांडणी

शून्यवत गृहीततत्त्व

H_o = समष्टी व नमुना यांत लक्षणीय फरक नाही.

L.S : विश्वासार्हतेची पातळी

0.5 व 0.01 (द्विपुच्छक वितरण)

0.025 व 0.005 (एकपुच्छक वितरण)

D.F. : विमुख्य संख्यामान : N: समष्टीचा आकार, इथे २००

t (cal) : t चे चाचणीमूल्य - 4

t (tab) : `t' चे कोष्टकमूल्य - 0.05 - 1.960 } द्विपुच्छक

0.01 - 2.576

0.025 - 2.326 } एकपुच्छक

0.005 - 3.291

निष्कर्ष- `+' चे चाचणी मूल्य हे निष्कर्षमूल्यापेक्षा विश्वासार्हतेचा सर्व पातळ्यांवर जास्त आहे. त्यामुळे वर सांगितलेले शून्यवत गृहीततत्त्व त्याज्य ठरवावे.

(२) दोन नमुन्यांच्या सरासरीच्या तुलनेसाठी

या तुलनेसाठी जी चाचणी केली जाते तिचे सूत्र

$$t = \frac{|\overline{X}_1 - \overline{X}_2|}{\sqrt{\frac{\hat{\sigma}X_1^2}{nX_1} + \frac{\hat{\sigma}X_2^2}{nX_2}}}$$ असे आहे.

(इथे $\overline{X}_1$, व $\overline{X}_2$ दोन नमुन्यांची सरासरी व $\hat{\sigma}X_1$ व $\hat{\sigma}X_2$ त्यांच्या प्रमाणित

विचलनाचा सर्वोत्तम अंदाज दर्शवितात)

उदाहरण : वाळूच्या टेकड्या असलेल्या एका किनारी प्रदेशात दोन नमुना-क्षेत्रे घेऊन, टेकड्यांची उंची मोजण्यात आली. या दोन नमुन्यांतील टेकड्यांच्या उंचीची आकडेवारी पुढे दिली आहे.

हे दोन्ही नमुने त्यांच्या सरासरीच्या संदर्भात एकमेकांपासून भिन्न नाहीत हे शून्यवत गृहीततत्त्व विश्वासार्हतेच्या 0.05 व 0.01 पातळ्यांवर त्याज्य अथवा ग्राह्य ठरवा.

नमुना १	नमुना २
0.8	0.2
0.7	0.9
0.3	0.2
0.4	0.4
0.5	0.3
0.4	0.2
0.4	0.6

या नमुन्यांची सरासरी अनुक्रमे 0.5 व 0.4 आहे. यापूर्वी वर्णन केल्याप्रमाणे या दोन्ही नमुन्यांचे प्रमाणित विचलन $\sqrt{\frac{\sum(X-\bar{X})^2}{n}}$ हे सूत्र वापरून काढावे. ते अनुक्रमे 0.17 व 0.24 असे मिळते. या संख्यांचा वापर t चे चाचणीमूल्य काढण्यासाठी करावा

$\hat{\sigma}$ = प्रचलित विचलनाची त्रुटी

$$= \sigma\sqrt{\frac{n}{n-1}}$$

$$= 0.17\sqrt{\frac{7}{6}} = 0.18 \quad \text{व} \quad 0.24\sqrt{\frac{7}{6}} = 0.26$$

$$t = \frac{|\overline{X}_1 - \overline{X}_2|}{\sqrt{\frac{\hat{\sigma}X_1^{\ 2}}{nX_1} + \frac{\hat{\sigma}X_2^{\ 2}}{nX_2}}}$$

$$t = \frac{0.05 - 0.04}{\sqrt{\frac{(0.18)^2}{7} + \frac{(0.26)^2}{7}}}$$

$$= \frac{0.01}{\sqrt{0.005 + 0.0096}}$$

$$= \frac{0.01}{0.12}$$

$$= 0.083$$

चाचणीची मांडणी

Ho : शून्यवत गृहीततत्त्वः दोन्ही नमुने त्यांच्या सरासरीच्या संदर्भात एकमेकांपासून भिन्न नाहीत.

L.S : विश्वासार्हतेच्या पातळ्या -0.05, 0.01

D.F. : विमुख्य संख्यामान = $n_1 + n_2 - 2 = 14 - 2 = 12$

t cal : t चे चाचणीमूल्य - 0.83

t tab : t चे कोष्टकमूल्य - 0.05 पातळीसाठी 2.179 व 0.01 पातळी 3.055

निष्कर्ष : दोन्ही पातळ्यांवर चाचणीमूल्य निष्कर्षमूल्यापेक्षा कमी आहे त्यामुळे शून्यवत गृहीततत्त्व ग्राह्य धरावे.

स्नेडेकॉरची 'F' चाचणी (Snedecor's 'F' test)

एकाच वेळी अनेक नमुन्यांची तुलना करण्यासाठी ही चाचणी वापरली जाते. सर्व निरीक्षणे एकाच नमुन्यातील आहेत असे मानून त्यासाठी एक सर्वंकष सरासरी (Grand mean) काढली जाते. या सर्वंकष सरासरीपासून प्रत्येक नमुन्याचे व निरीक्षणमूल्याचे विचलन तपासणे हा या चाचणीचा मुख्य उद्देश आहे.

प्रत्येक नमुन्यातील निरीक्षणमूल्याच्या विचलनास नमुनांतर्गत विचलन

(Within Sample variation) व नमुन्यानमुन्यांतील विचलनास आंतरनमुने विचलन (Between sample variation) असे म्हटले जाते. या दोन विचलनांचे गुणोत्तर म्हणजे `F' चे मूल्य असते.

साधे वर्गीकरण उदाहरण : (one way test) : अवसादांच्या ४ नमुन्यांत विविध ठिकाणी आढळलेले मातीचे प्रतिशत प्रमाण पुढील कोष्टकात दिले आहे. ह्या चारही नमुन्यांत फारसा फरक नसून त्यांचे विभागीकरण अर्थपूर्ण आहे. हे शून्यवत गृहीततत्त्व 0.05 व 0.01 या विश्वासार्हतेच्या पातळ्यांवर त्याज्य अथवा ग्राह्य ठरवा.

नमुना १	नमुना २	नमुना ३	नमुना ४
0	5.4	10.1	15.2
1.4	6.3	11.2	16.6
2.3	7.2	12.3	17.8
3.8	8.1	13.1	18.9
4.3	9.3	14.5	19.3

सर्वप्रथम या सर्व नमुन्यांची बेरीज व त्यांच्या बेरजेची बेरीज म्हणजे सर्वंकष बेरीज (Grand Total) घेतली जाते. त्यानंतर नमुन्यातील प्रत्येक मूल्याचा वर्ग करून, नमुन्यानुसार बेरीज व सर्वंकष बेरीज केली जाते.

	नमुना १	नमुना २	नमुना ३	नमुना ४	
	0	5.4	10.1	15.2	
	1.4	6.3	11.2	16.6	
	2.3	7.2	12.3	17.8	
	3.8	8.1	13.1	18.9	
	4.3	9.3	14.5	19.3	सर्वंकष बेरीज
बेरीज	11.8	36.3	61.2	87.8	**197.1**

मूल्यांचे वर्ग व त्यांची बेरीज दाखवणारी सारणी

	नमुना १	नमुना २	नमुना ३	नमुना ४	
	0	29.16	102.01	231.04	
	1.96	39.69	125.44	275.56	
	5.29	51.84	151.29	316.84	
	14.44	65.61	171.61	357.21	
	18.49	86.49	210.25	372.49	वर्गांची बेरीज
बेरीज	**40.18**	**272.79**	**760.6**	**1553.14**	**2626.71**

यानंतर `F' चे चाचणीमूल्य पुढीलप्रमाणे ठरविले जाते.

$$\text{Tss} = \text{sum Squares} - \frac{(GT)^2}{N}$$

$$= 2626.71 - \frac{(197.1)^2}{20}$$

$$= 684.\ 2895$$

$$\text{B.S.S.} = \left[\frac{\sum S_1^{\,2}}{n} + \frac{\sum S_2^{\,2}}{n} + \ldots\ldots + \frac{\sum S_n^{\,2}}{n}\right] - \frac{(GT)^2}{N}$$

$$= \left[\frac{(11.8)^2}{5} + \frac{(36.3)^2}{5} + \frac{(61.2)^2}{5} + \frac{(87.8)^2}{5}\right] - \frac{(197.1)^2}{20}$$

$$= 639.822$$

$$\text{W.S.S.} = \text{TSS} - \text{BSS}$$

$$= 684.2895 - 639.822$$

$$= 44.4675$$

या तीन किमतींच्या साहाय्याने पुढीलप्रमाणे सारणी तयार करून `F' चे मूल्य ठरविले जाते.

विमुक्त संख्यामान (Df)

TSS	684.2895	N = 20	$BSV = \frac{BSS}{Df}$
BSS	639.822	n = 4	$= \frac{639.822}{4}$
WSS	44.4675	N - n = 16	= 159.95

$$WSV = \frac{WSS}{DF}$$

$$= \frac{44.4675}{16}$$

$$= 2.778$$

$$F = \frac{BSV}{WSV} = \frac{159.95}{2.778} = 57.57$$

चाचणीची मांडणी

H_o : शून्यवत गृहीततत्त्व : अभ्यासल्या जाणाऱ्या चारही नमुन्यांत लक्षणीय फरक नाही व त्यांचे विभागीकरण अर्थपूर्ण आहे.

L.S. : विश्वासार्हतेची पातळी 0.05 व 0.01

D.F. : विमुक्त संख्यामान n व n -n , 4 आणि 20-4=16

'F' चे कोष्टकमूल्य : 0.05 पातळीवर 5.77

0.01 पातळीवर 13.93

'F' चे चाचणीमूल्य - 57.57.

E निष्कर्ष : 'F' चे चाचणीमूल्य, कोष्टकमूल्यापेक्षा दोन्ही पातळ्यांवर जास्त आहे. त्यामुळे वर सांगितलेले शून्यवत गृहीततत्त्व त्याज्य ठरवावे.

दुहेरी वर्गीकरण (Two Way test) :

ही चाचणी वेगवेगळ्या प्रदेशात घेतलेल्या निरीक्षणमूल्यांसाठीही परिणामकारकपणे वापरता येते.

उदाहरण : ३ वेगवेगळ्या प्रदेशांत अवसादांचे प्रत्येकी ३ नमुने घेऊन त्यांतील मातीचे प्रतिशत प्रमाण ठरविण्यात आले. ही माहिती पुढील सारणीत दिली आहे.

प्रदेश/ विभाग	नमुना १	नमुना २	नमुना ३
I	2.4	1.2	1.8
	3.2	1.3	2.2
II	1.1	2.9	1.4
	1.3	3.2	1.5
III	1.0	3.3	4.3
	2.2	4.4	6.2

प्रत्येक विभागातील नमुन्यांच्या बेरजा करून घ्याव्यात.

	नमुना १	नमुना २	नमुना ३	बेरीज
I	5.6	2.5	4	12.1
II	2.4	6.1	2.9	11.4
III	3.2	7.7	10.5	21.4
	11.2	16.3	17.4	44.9

नमुन्यांतील प्रत्येक मूल्याचा वर्ग करून त्यांच्यासाठी विभागीय बेरजा घ्याव्यात.

विभाग	नमुना १	नमुना २	नमुना ३	बेरीज
I	16	3.13	8.08	27.21
II	2.9	18.65	4.21	25.76
III	5.84	30.25	56.93	93.02
बेरीज	**24.74**	**52.03**	**69.22**	**145.99**

'F' चे मूल्य ठरविण्यासाठी पुढील किमती मिळविणे गरजेचे असते.

TSS = Total Sum Square

$$TSS = \text{Sum Square} - \frac{(GT)^2}{N}$$

$$= 145.99 - \frac{(44.9)^2}{18}$$

$$= 33.99$$

B.S.S = Between Sample Sum Square

$$B.S.S = \left[\frac{\sum S_1^2}{n} + \frac{\sum S_2^2}{n} + ... + \frac{\sum S_n^2}{n}\right] - \frac{(GT)^2}{N}$$

$$= \left[\frac{(5.6)^2}{2} + \frac{(2.5)^2}{2} + \frac{4}{2} + \frac{2.4}{2} ...... + \frac{10.5}{2}\right] - \frac{(44.9)^2}{18}$$

= 142.385 - 112 = 30.39

W.S.S. Within Sample Sum Square

= T.S.S. - B.S.S

= 33.99 - 30.39 = 3.6

R.S.S. = (Row Sum Square) = ओळींच्या वर्गांची बेरीज

$$= \left[\frac{\sum r_1^2}{n} + \frac{\sum r_2^2}{n} + ... + \frac{\sum r_n^2}{n}\right] - \frac{(GT)^2}{N}$$

$$= \left[\frac{(12.1)^2}{3} + \frac{(11.4)^2}{3} + \frac{21.4^2}{3}\right] - \frac{(44.9)^2}{18}$$

= 132.78

C.S.S. = (Column Sum Square) = स्तंभाच्या वर्गांची बेरीज

$$= \left[\frac{\sum c_1^2}{n} + \frac{\sum c_2^2}{n} + ... + \frac{\sum c_n^2}{n}\right] - \frac{(GT)^2}{N}$$

$$= \left[\frac{(11.2)^2}{3} + \frac{(16.3)^2}{3} + \frac{13.4^2}{3}\right] - \frac{(44.9)^2}{18}$$

'F' चे मूल्य ठरविण्यासाठी पुढील सारणी तयार करावी

विमुक्त संख्यामान (Df)

TSS 33.99 n - 1 = 18 -1 = 17

RSS 132.78 R-1 = 3-1 = 2 $RSV = \frac{132.78}{2} = 66.39$

CSS 199.3 C-1 = 3-1 = 2 $CSV = \frac{119.3}{2} = 59.65$

WSS 3 N-(C+R) = 18-6 = 12 $WSV = \frac{3}{12} = 0.25$

$F = \frac{CSV}{WSV} = \frac{59.65}{0.25}$ and $\frac{RSV}{WSV} = \frac{66.39}{0.25}$

चाचणीची मांडणी

H_0 : शून्यवत गृहीततत्त्व : अभ्यासल्या जाणाऱ्या सर्व नमुन्यांत विभागीय फरक नाही.

L.S. : 0.05 व 0.01

D.F : विमुक्त संख्यामान, 2 व 12

F चे चाचणीमूल्य

F चे कोष्टकमूल्य - 0.05 साठी 3.88 व 0.01 साठी 6.93

निष्कर्ष- `F' चे चाचणी मूल्य दोन्ही पातळ्यांवर कोष्टकमूल्यापेक्षा जास्त आहे. त्यामुळे वरील गृहीततत्त्व त्याज्य ठरवावे.

❑

७. प्रसामान्य, बायनॉमिअल व पॉयसॉन वितरणे
(Normal, Binomial and Poisson Distributions)

प्रसामान्य, बायनॉमिअल व पायसॉन ही प्रमुख सांख्यिकी वितरणे असून, ती एकमेकाशी खूपच निगडित असली तरी ती वेगवेगळ्या परिस्थितीत वापरली जातात. बऱ्याच वेळा या वितर णांचा उपयोग, खंडित (Discrete) व सलग (Continuous) श्रेणीतील मूल्यांचा संभाव्य घटनाक्रम ठरविण्यासाठी केला जातो.

संभाव्यता (Probabiity) म्हणजे एखादी घटना घडण्याबद्दल किंवा न घडण्याबद्दलची शक्यता किंवा अशक्यता दर्शविणारे सांख्यिक मूल्य असते. सूत्र-स्वरूपात ही शक्यता,

$$P = \frac{\text{Number of times an event can occur}}{\text{Total number of possible events}}$$ म्हणजेच

$$P = \frac{\text{एखादी घटना घडण्याचे एकूण प्रसंग}}{\text{एकूण शक्य प्रसंग}}$$

अशी मांडली जाते. शक्यता अजिबात नाही पासून संपूर्ण शक्यता अशा कक्षेत म्हणजे 0 ते 1 (शून्य ते १) सांख्यिक मूल्यातच ती दाखविता येईल हे उघडच आहे. (प्रतिशत परिभाषेत ही संभाव्यता 0 ते 100% अशी दाखविली जाते). संभाव्यता मूल्यांचे वितरण हे पूर्णतः गणिती वितरण असून ते नियमित (Regular) स्वरूपाचे असते.

प्रसामान्य वितरण - (Normal Distribution): हे वितरण सर्वप्रथम अब्राहम मोइवर यांनी १७७३ मध्ये मांडले. त्यानंतर जर्मन गणितज्ञ गॉसिअन यांनी त्याचा सविस्तर अभ्यास केला. त्यामुळे या वितरणवक्रास गॉसिअन वक्र (Gaussian Curve) असेही म्हटले जाते.

निष्कर्ष संख्याशास्त्रात (Inferential Statistics) नमुन्यांचे वितरण (Sampling distribution) अभ्यासताना प्रसामान्य वितरणाचा खूपच चांगला उपयोग होतो.

बायनॉमिअल व पॉयसॉन प्रमाणे इतर अनेक वितरणे व प्रसामान्य वितरणे

यात साधर्म्य दाखविता येते. अपेक्षित मूल्यांचे वितरण कितपत बरोबर आहे ते तपासण्यासाठीही या वितरणांचा उत्तम उपयोग होतो.

प्रसामान्य वितरणाचे प्रमुख गुणधर्म असे आहेत.

(१) हे वितरण समात्र (Symmetrical) असून वितरण मध्याच्या दोन्ही बाजूस बरोबर निम्मे निम्मे क्षेत्र असते. (आ.१५)

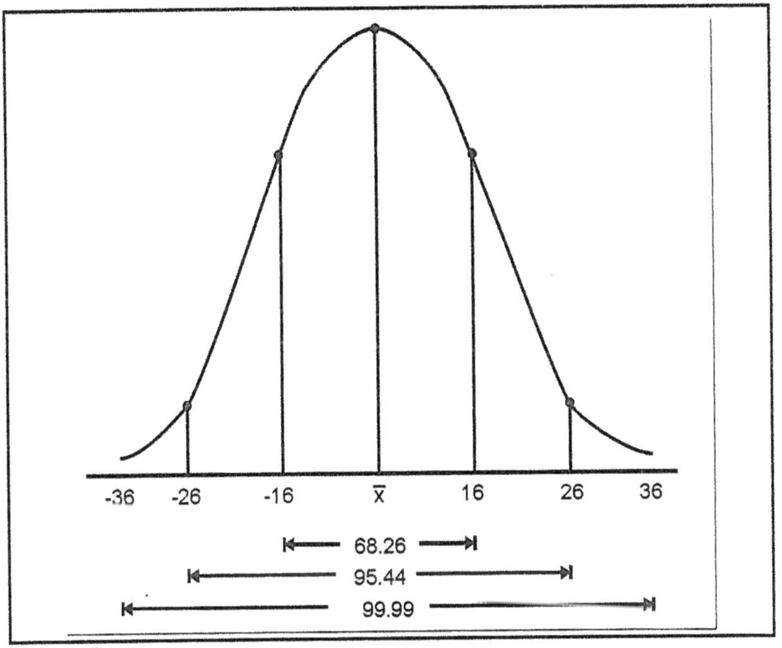

आकृती १५

(२) क्ष अक्षावर `Z' मूल्ये - ३ प्रमाणित विचलनापासून (-3 SD) + 3 प्रमाणित विचलनापर्यंत (+3 SD) दाखविली जातात.

(३) वितरणमध्य हा वितरणाचे सरासरी मूल्य दाखवितो.

(४) वितरणवक्राची दोन्ही टोके 'क्ष' अक्षाला कधीही मिळत नाहीत. वक्र ॲसिंपटॉटिक (Asymptotic) असतो.

(५) सरासरी या मध्यस्थानावर हा वक्र तोलला जातो.

(६) वितरणवक्राखाली असलेले एकूण क्षेत्र सर्व-संभाव्य घटना (All possible events) दर्शविणारे असते.

(७) वितरण वक्राखाली -1 ते +1 SD म्हणजे सरासरीपासून १ एवढे विचलन दोन्ही बाजूस दाखविणारे क्षेत्र 68.26% इतके असते. -2 ते + 2 SD मध्ये हे क्षेत्र 95.44 % तर -3 ते + 3 SD मध्ये ते 99.99% असते.

(८) एक व दोन प्रमाणित विचलनस्थानापाशी, वक्राचा उतार बदलतो.

(९) या वक्राचा आकार घंटेच्या छेदाप्रमाणे (Bell Shaped) असतो.

(१०) या वक्राचा वापर संभाव्यतेच्या मूल्यमापनासाठी (Probability assessment) केला जातो.

संभाव्यतेच्या मूल्यमापनासाठी,

$Z = \frac{X - \bar{X}}{\sigma}$ हे सूत्र वापरले जाते. इथे z ची किंमत संभाव्यता दर्शक प्रमाणित मूल्य, $\bar{X}$ ची किंमत सरासरी व σ = प्रमाणित विचलन असते.

या मूल्याच्या साहाय्याने, वक्राखाली किती क्षेत्र संभाव्यतादर्शक म्हणून आरेखित होते त्याची माहिती मिळते. ही माहिती, परिशिष्टात दिलेल्या प्रसामान्य संभाव्यता मूल्य (Normal probability integral) या कोष्टकात Z चे मूल्य पाहून घेता येते. एखाद्या सलग श्रेणीत सांख्यिकी मांडलेल्या घटनेची संभाव्यता कशी ठरविली जाते ते पुढील उदाहरणावरून स्पष्ट होईल.

खडकाळ जमीन असलेल्या एका प्रदेशातील दगडांचा सरासरी आकार १६ मिमी असून त्यांचे प्रमाणित विचलन २ मिमी आहे असे लक्षात आले.

संभाव्यता ठरविण्यापूर्वी दिलेल्या माहितीवरून प्रसामान्य वितरणवक्र तयार करावा व त्यानंतर प्रत्येक वेळी वितरणवक्रात, Z मूल्यांच्या साहाय्याने वक्राखाली येणारे क्षेत्र आरेखित करावे.

इथे, दगडांचा सरासरी आकार 16 मिमी व प्रमाणित विचलन 2 मिमी दिले आहे. त्यावरून -3 व + 3 प्रमाणित विचलन मर्यादेत समविष्ट होणारे क्षेत्र आकृती १६ प्रमाणे दाखविता येईल. यावरून सर्वप्रथम, दगडाचा आकार 10 ते 21 मिमी असेल याची शक्यता काढू.

$Z = \frac{X - \bar{X}}{\sigma}$ या सूत्रानुसार इथे

$$Z = \frac{10-16}{2} = \frac{-6}{2} = -3 \text{ व } Z = \frac{21-16}{2} = \frac{5}{2} = 2.5$$

Z चे वजा मूल्य हे मूल्यवक्राच्या डावीकडील बाजूस आहे एवढेच सुचविते.

या दोन्ही प्रमाणित मूल्यांच्या साहाय्याने दर्शविले जाणारे क्षेत्र आकृती १६ अ मध्ये दाखविले आहे.

आकृती १६

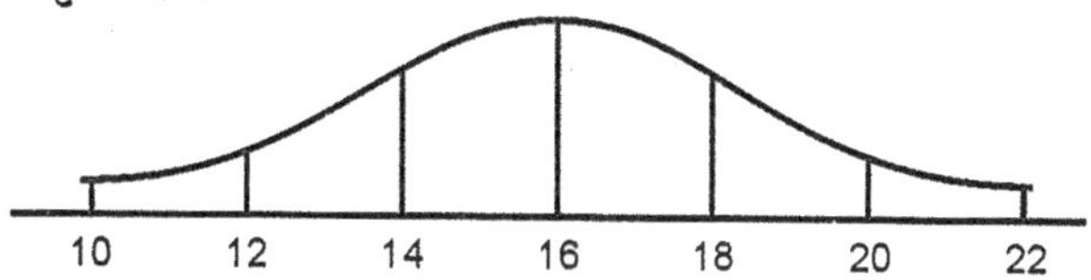

आकृती १६अ

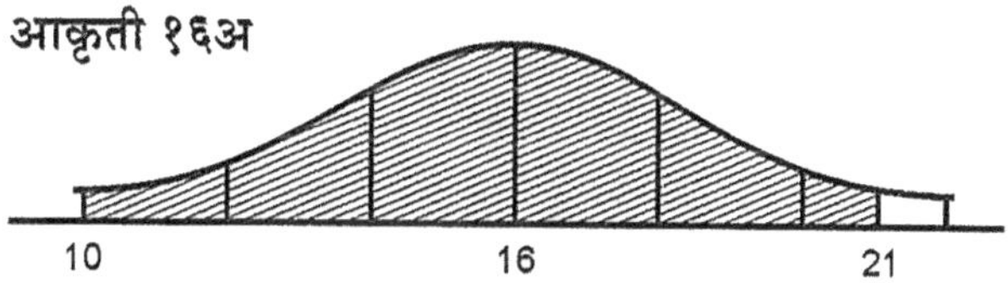

आकृती १६ब

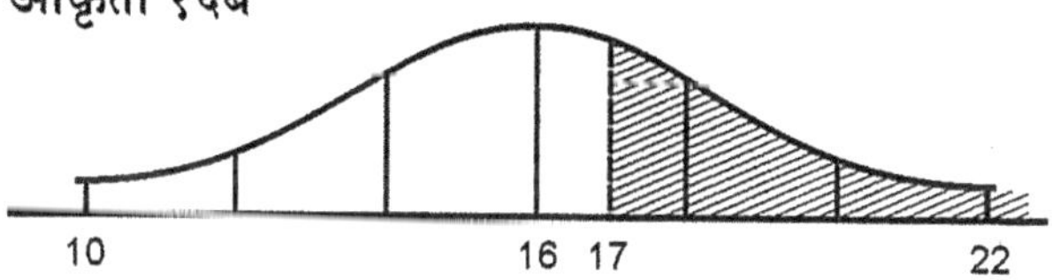

आकृती १६क

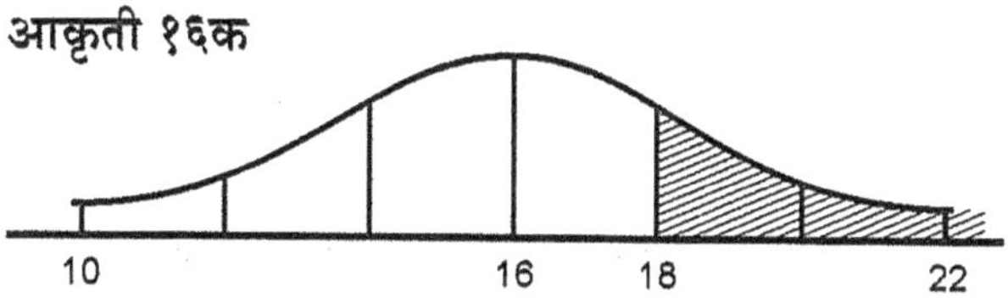

आकृती १६ड

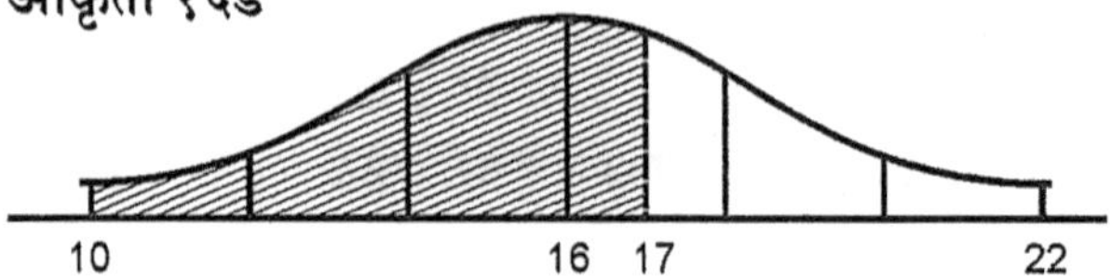

आकृती १६ई

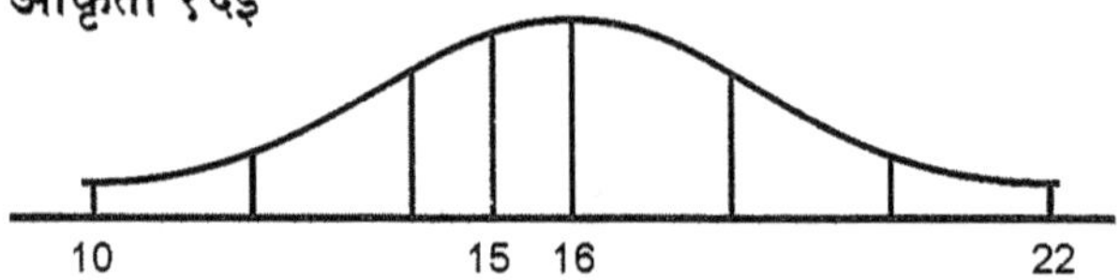

वक्राच्या डाव्या बाजूचे एकूण क्षेत्र ५० % आहे म्हणजे त्याखाली असलेले संभाव्य घटना क्षेत्र ०.५ आहे. उजव्या बाजूलाही तेवढेच क्षेत्र आहे. आकृती १६ अ मध्ये दाखविल्याप्रमाणे - ३ या मूल्याच्या ठिकाणी ०.००१३४९९ एवढे कोष्टक-मूल्य असेल. हे मूल्य ०.५ मधून कमी केल्यास डाव्या बाजूचे उर्वरित क्षेत्र मिळेल. उजव्या बाजूला २.५ या मूल्यासाठी, हे कोष्टकमूल्य ०.००६२०९७ आहे. ते ०.५ मधून वजा केल्यास उर्वरित क्षेत्र मिळेल. म्हणजे, वक्रासाठी 10 ते 21 मिमी आकारासाठी,

$$(0.5 - 0.0013499) + (0.5 - 0.0062097) = 0.99244$$

किंवा 99.24% संभाव्यता क्षेत्र असेल. याचा अर्थ असा की दगडाचा आकार 10 ते 21 मिमी असेल याची शक्यता 0.9924 किंवा 99.24% इतकी असेल.

वक्राखाली एकूण क्षेत्राची संभाव्यता १ एवढी आहे असे मानूनही ही शक्यता, $1 - (0.0013499 + 0.0062097) = 0.99244$ एवढीच येते असे लक्षात येईल.

याच प्रकारे दगडाचा आकार 17 ते 22 मिमी असण्याची शक्यता काढता येईल. (आ. १६ ब)

$$Z = \frac{x - \bar{x}}{\sigma}$$ या सूत्रानुसार Z चे मूल्य

$$Z = \frac{17 - 16}{2} = 0.5 \text{ व } \frac{22 - 16}{2} = 3$$

0.5 चे कोष्टकमूल्य 0.30854 व 3 चे कोष्टकमूल्य 0.001349 आहे.

आ. १६ ब नुसार 0.3084 व 0.001349 मधली एकूण शक्यता 0.3084 - 0.001349 = 0.307191 = 30.71 % इतकी असेल.

तसेच दगडाचा आकार 18 पेक्षा जास्त असेल याची शक्यता,

$z = \frac{18-16}{2} = 1$ या प्रमाण मूल्यासाठी कोष्टकमूल्य 0.15866 असल्यामुळे आ १६ क नुसार 0.15866 म्हणजे 15.86% असेल.

दगडाचा आकार 17 पेक्षा कमी असेल याची शक्यताही याच पद्धतीने ठरविता येईल.

$$z = \frac{x - \bar{x}}{\sigma}$$

इथे $z = \frac{17-16}{2} = 0.5$ या प्रमाणित मूल्याचे

कोष्टकमूल्य 0.30854 आहे. 17 पेक्षा कमी आकार दर्शविणाऱ्या संभाव्यतेचे क्षेत्र, वक्राची पूर्ण डावी बाजू व 17 पर्यंत म्हणजे 0.5 या प्रमाणित मूल्यापर्यंतची वक्राची उजवी बाजू याखाली येईल. म्हणजेच

0.5 + (0.5 - 0.3854) = 0.69146 किंवा 69.14%

एवढी संभाव्यता मिळेल.

शेवटी, दगडाचा आकार 15 मिमी असेल याची शक्यता काढायची आहे. या मूल्याने जे कोष्टकमूल्य दर्शविले जाते, ते वक्राखालचे तेवढ्या भागापर्यंतचे क्षेत्र असते. त्यामुळे नेमक्या एका किंमतीसाठी ते वापरता येत नाही. अर्थातच अशा वेळी ही शक्यता शून्य असते.

बायनॉमिअल वितरण (Binomial Distribution) : जेव्हा मूल्यांची समष्टी (Population) ही अमर्याद स्वरूपाची (infinite) असते आणि जेव्हा एखाद्या घटनेची दोन उत्तरे किंवा पर्याय येऊ शकतात तेव्हा संभाव्यता- मूल्यमापनासाठी हे वितरण वापरले जाते. (उदाहरणार्थ, एखाद्या जंगलक्षेत्रात दोन प्रमुख प्रकारचे वृक्ष मिळण्याची शक्यता, किंवा खुरटी अथवा उंच झाडे मिळण्याची शक्यता)

अभ्यासकाला ज्या पर्यायाची संभाव्यता अपेक्षित असते त्या पर्यायासाठी संभाव्यता `P' या अक्षराने व अपेक्षित नसलेली असते त्या पर्यायासाठी संभाव्यता

Q या अक्षराने सांगितली जाते. ज्या घटना दुर्मीळ (Rare) नसतात किंवा ज्या खूप मोठ्या संख्येने घडत नाहीत (Numerous)अशा घटनांच्या सभाव्यतेच्या मूल्यमापनासाठी हे वितरण वापरले जाते. यासाठी पुढील सूत्र वापरतात.

$$P(x) = \frac{N!}{X!(N-x!)} = P^x Q^{N-x}$$

इथे P(x) = हव्या असलेल्या पर्यायाची संभाव्यता

N!= एकूण घटनाचा फॅक्टोरिअल

(N-X)! = उरलेल्या घटनांचा फॅक्टोरिअल

P= अपेक्षित संभाव्यता

Q = उरलेली संभाव्यता

परिशिष्ट ७ मध्ये दिलेल्या संभाव्यताकोष्टकात, हव्या असलेल्या संभाव्यतेचे परिमाण नसेल तरच हे सूत्र वापरले जाते. जर ते असेल तर कोष्टकाचा वापर करणेच इष्ट ठरते.

पुढील उदाहरणावरून संभाव्यता ठरविण्याची ही पद्धत स्पष्ट होईल.

उदाहरण : किनाऱ्यावरील एका खाडीत खारफुटीची ३५० झाडे आहेत. त्यातील १८२ झाडे उंच व उरलेली खुरटी आहेत. ८ झाडांचा एक यादृच्छिक नमुना या खाडीत अभ्यासाकरिता निवडला तर -

(१) त्यातील ३ झाडे उंच असतील

(२) सगळीच झाडे उंच असतील व

(३) २ झाडे खुरटी असतील याची शक्यता किती ?

इथे ३५० पैकी १८२ झाडे उंच आहेत म्हणजे उंच झाडे या अपेक्षित परिमाणाची शक्यता 0.52 आहे. (म्हणजे ३५० मध्ये जर १८२ उंच झाडे असली तर १०० मध्ये ती ५२ असतील) याचाच अर्थ असा की खुरटी झाडे या परिमाणाची शक्यता 1 - 0.52 = 0.48 इतकी असेल. परिशिष्ट १७ मध्ये दिलेल्या संभाव्यता-कोष्टकात 0.52 या संभाव्यतेचे वितरण उपलब्ध नाही. त्यामुळे सूत्र वापरून वरील उदाहरणातील शक्यता शोधाव्या लागतील.

यादृच्छिक पद्धतीने निवडलेल्या ४ झाडांच्या नमुन्यांतील ३ झाडे उंच असतील याची शक्यता.

$$P(x) \quad \frac{N!}{X!(N-x!)} = P^x Q^{n-x} \qquad \text{यानुसार}$$

$$P(5) = \frac{8!}{3!(8-3)!} = 0.52^3 x\ 0.\ 48.^5$$

$$= \frac{8\times7\times6\times5\times4\times3\times2\times1}{(3\times2\times1)(5\times4\times3\times2\times1)} \times 0.52^3 \times .048^5$$

= 56 x 0.1406 x 0.255

= 0 .2008 किंवा 20.08% एवढी असेल. याच प्रकारे सगळी झाडे उंच असतील याची शक्यता

$$P(8) = \frac{8!}{8!(8-8)!} \times 0.52^8 \times 0.48^0$$

= 1 x 0.52^8x 1

= 0.52^8 = .00534 इतकी असेल.

२ झाडे खुरटी असतील म्हणजेच ६ झाडे उंच असतील याची शक्यता,

$$P(6) = \frac{8!}{8!(8-6)!} \times 0.52^6 \times 0.48^2$$

= .5 x $.52^6$ x $.48^2$ = .00227

याप्रमाणे नक्की करता येईल.

संभाव्यताकोष्टकात दिलेल्या शक्यतेचे वितरण पाहाण्यासाठी P ची किंमत 0.05, 0.1, 0.2, 0.25 अशा तऱ्हेची असावी लागते. नमुना आकारानुसार, कोष्टकाच्या सहाय्याने सर्व वितरण मिळू शकते. (उदा. नमुना आकार 8 असल्यास, व P ची किंमत 0.6 असल्यास, परिशिष्टातील वितरणानुसार 0 ते 8 संख्यांचे संभाव्यता वितरण 0.0007 पासून 0. 0168 पर्यंत मिळू शकते)

पॉयसॉनचे वितरण - एखाद्या दुर्मीळ घटनेची संभाव्यता काढण्यासाठी हे वितरण वापरले जाते. यासाठी पुढील सूत्र वापरता येते.

$$Px = \frac{\lambda^x e^{-\lambda}}{x!}$$

(इथे - Px म्हणजे आवश्यक घटनेची संभाव्यता,

λ = NP = नमुन्याचा आकार x संभाव्यता

e = स्थिरांक (2.71828)

पुढील उदाहरणावरून ही शक्यता कोष्टकाशिवाय (परीशिष्ट ८) कशी

काढली जाते ते लक्षात येईल.

उदा - एका प्रदेशात २० वर्षांत केवळ ५ वेळा अपवादात्मक प्रमाणावर अतिवृष्टी झाली. १० वर्षांच्या यादृच्छिक नमुनाकाळात २ वेळा अतिवृष्टी होईल याची शक्यता किती ?

इथे २० वर्षांत ५ वेळा अतिवृष्टी झाली म्हणजे त्याची शक्यता १०० वर्षांत २५ वेळा म्हणजे ०.२५ इतकी आहे.

१० वर्षांच्या नमुन्याकरता,

$\lambda = NP = 10 \times 0.25 = 2.5$

वरील सूत्र वापरून

$$Px = \frac{\lambda^x e^{-\lambda}}{x!}$$

$$P(2) = \frac{2.5^2 \times 2.171828^{-0.25}}{2!}$$

$= 0.2565$ किंवा 25.65%

परिशिष्ट ८ मधल्या किमती वापरून ही शक्यता ठरविता येते. (२.५ या λ किंमती करिता २ वेळा अतिवृष्टीची शक्यता कोष्टकाप्रमाणे ही ०.२५६५ एवढीच आहे असे दिसून येईल.

❑

८. कालसंदर्भित श्रेणीचे पृथक्करण
(Time Series Analysis)

ज्या सांख्यिकी श्रेणीमध्ये, निरीक्षणमूल्ये ही काळ किंवा वेळेच्या संदर्भात मांडलेली असतात त्या श्रेणीस कालसंदर्भित श्रेणी (Time Series) असे म्हणतात. एखाद्या वस्तूची साप्ताहिक विक्री, निर्देशांकात होणारे रोजचे किंवा साप्ताहिक बदल, पर्जन्यमानात दरवर्षी होणारी आंदोलने, ही सर्व कालसंदर्भित श्रेणीची उदाहरणे आहेत.

कालसंदर्भ असलेल्या श्रेणीतील मूल्ये सामान्यपणे त्यात नित्यनियमाने होणारी वाढ अथवा घट दाखवितात. मोठ्या कालखंडात होणारे बदल (Secular Change) व चक्रीय बदल (Cyclic Change) हेही त्यातून स्पष्ट होतात.

या श्रेणीच्या पृथक्करणाचा मुख्य उद्देश हा श्रेणीतील मूल्यांचे प्रचरण (Variance) कमी करणे व त्यासाठी नवीन श्रेणी बनविणे हाच असतो. पृथक्करणात, मूळ श्रेणीतील चढउतार कमी करून ती एकसारखी (Smooth) बनविणे हाही उद्देश असतोच.

या श्रेणीचे दोन घटक असतात. (१) कमी कालखंडासाठी आढळणारे चढउतार (Noise) व मोठ्या कालखंडाकरता दिसणाऱ्या वृत्ती. (२) पृथक्करणामुळे चढउतार कमी करून प्रमुख वृत्ती शोधता येतात. हे दोन प्रकारे करता येते.

(१) धावती सरासरी (Moving Averages) व

(२) न्यूनतम वर्ग वापरून समाश्रयण (Least Squares)

(१) धावती सरासरी (Moving Averages) - हे तंत्र प्रामुख्याने हवामानासंबंधी सांख्यिकी करिता परिणामकारकपणे वापरले जाते. एखाद्या ठिकाणची तापमानाची अथवा पर्जन्यमानाची आकडेवारी ३ किंवा ५ वर्षांच्या सरासरीने एकसारखी केली जाते. एकसारखी केलेली सरासरी आलेखाच्या साहाय्याने दाखवून मूळच्या कालसंदर्भित श्रेणीतील चढउतार किती कमी झाले आहेत ते यावरून कळू शकते.

पुढील उदाहरणावरून ३ व ५ वर्षांची धावती सरासरी कशी काढली जाते ते समजून येईल.

उदा. - एका उपसागरी प्रदेशातील भरतीमर्यादेची १६ वर्षांतील सरासरी पुढे दिली आहे. त्यावरून ३ व ५ वर्षांची धावती सरासरी काढा व आलेखाच्या साहाय्याने त्यांचे निर्देशन करा.

सारणी ११ : भरतीमर्यादा (मीटर मध्ये)

वर्ष 1960 **पासून** 1975 **पर्यंत**

मर्यादा - 2.1, 3.2, 5.3, 2.3, 5.6, 3.2, 2.5, 3.2, 5.6, 4.9, 4.8, 4.7, 6.3, 5.2, 5.3 व 4.8

3 वर्षांची धावती सरासरी काढताना प्रथम पहिल्या तीन संख्यांची बेरीज करून, बेरजेला ३ ने भाग द्यावा.

म्हणजे $\frac{2.1+3.2+5.3}{3}=\frac{10.6}{3}=3.5$

यानंतर 2.1 पहिली संख्या सोडून द्यावी व 2.3 ही पुढची संख्या घेऊन सरासरी काढावी.

$\frac{3.2+5.3+2.3}{3}=\frac{10.8}{3}=3.6$

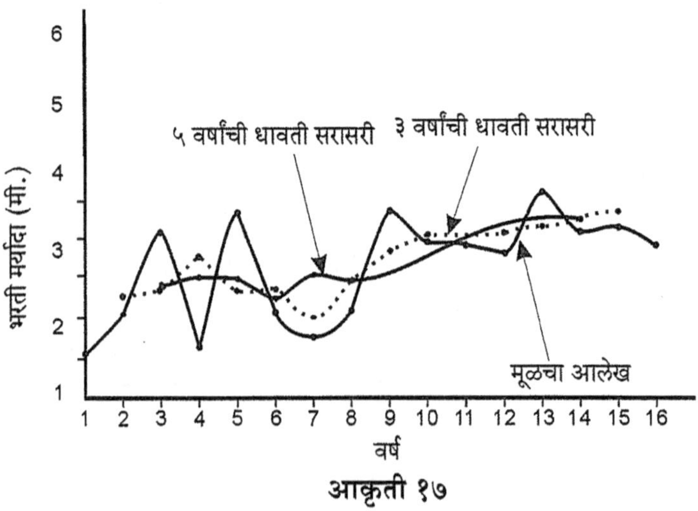

आकृती १७

याप्रमाणे संपूर्ण श्रेणीकरिता धावती सरासरी मिळवावी. ५ वर्षांची धावती सरासरी मिळवताना पहिल्या पाच संख्यांची ठरवण्याची बेरीज करून त्यास ५ ने भाग द्यावा.

उदा. $\frac{2.1+3.2+5.3+2.3+5.6}{5} = \frac{18.5}{5} = 3.7$

त्यानंतर पहिली संख्या सोडून द्यावी व पुढची म्हणजे ६ वी संख्या लक्षात घेऊन सरासरी काढावी. याप्रमाणे सर्व आकडेवारीकरता धावती सरासरी काढून नवीन कालसंदर्भित श्रेणी बनवावी. ३ वर्षांच्या धावत्या सरासरीची सुरुवात दुसऱ्या स्थानासमोर लिहून करावी. तर पाच वर्षांच्या धावत्या सरासराची सुरुवात पहिली दोन स्थाने सोडून तिसऱ्या स्थानापासून करावी. सारणी ११ मध्ये ३ व ५ वर्षीय धावती सरासरी दाखविली असून आ. १७ मध्ये आलेख स्वरूपात त्याचे निर्देशन केले आहे.

सारणी ११: सरासरी भरतीमर्यादा

वर्ष	भरती मर्यादा (मी)	३ वर्षाची धावती सरासरी	५ वर्षांची धावती सरासरी
1960	2.1		
1961	3.2	3.5	
1962	5.3	3.6	3.7
1963	2.3	4.4	3.92
1964	5.6	3.7	3.92
1965	3.2	3.7	3.92
1966	2.5	2.9	3.96
1967	3.2	3.7	4.02
1968	5.6	4.5	3.88
1969	4.9	5.1	3.88
1970	4.8	4.8	5.26
1971	4.7	5.4	5.26
1972	6.3	5.6	5.26
1973	5.2	5.1	5.26
1974	5.3	5.6	
1975	4.8		

(२) न्यूनतम वर्ग समाश्रयण (Least Square Method)यापूर्वी आपण पाहिलेल्या समाश्रयण रेषेप्रमाणेच न्यूनतम वर्ग समाश्रयण रेषा काढली जाते. कालसंदर्भित आकडेवारीचा संबंध 'काळ' या घटकाशी जास्त असतो. त्यामुळे काळ व आकडेवारी यांच्या संदर्भात दाखविलेल्या विकिरण- (Scatter) आलेखातून जाणारी रेषा काढून त्यातील वृत्ती दाखविणे गरजेचे असते.

ही रेषा अशी असावी की जिच्यापासून संख्यांचे होणारे विचलन कमीत कमी असावे. विचलनांच्या वर्गांची बेरीज कमीतकमी करून हे साधता येते. म्हणून यास न्यूनतम वर्ग समाश्रयण असे म्हटले जाते.

यासाठी वापरण्यात येणारे सूत्र, साध्या समाश्रयण रेषेप्रमाणेच असले तरी त्यातील सहगुणांक (Coefficient) काढण्याची पद्धत थोडी वेगळी असते. हे सहगुणांक पुढील सूत्रे वापरून काढले जातात.

$Y = a + b x$

येथे Y = कालसंदर्भ (दिवस/ वर्ष/ सप्ताह इत्यादी)

X = त्या त्या वर्षाची आकडेवारी

a, b = सहगुणांक

b ची किंमत काढण्यासाठी,

$b = \frac{\sum d \times Y}{\sum d \times^2}$ व a ची किंमत ठरविण्यासाठी

$a = \frac{\sum Y}{n}$ ही सूत्रे वापरली जातात.

कालसंदर्भ नेहमीच १, २, ३, ४ या प्रकारे दर्शविला जातो. म्हणजे १९६०, १९६२ अशी वर्षे १, २ अशी दाखविली जातात. मिळालेल्या समाश्रयण-रेषेच्या सूत्रावरून अथवा आलेखावर काढलेल्या सरळ रेषेवरून जेव्हा अंकाचे कालसापेक्ष भाकित करायचे असते तेव्हा x च्या किमती 1, 2 अशा न घेता त्यांचे मध्यवर्ती संख्येपासून म्हणजे शून्यापासून असलेले विचलन (उदा. dx च्या किंमती -१, -२, -७ इत्यादी) घ्यावे व त्यासाठी y अक्षावर अपेक्षित किंमत वाचावी. पुढील उदाहरणावरून हे स्पष्ट होईल.

उदा. दर वर्षी पूर येण्याची वृत्ती असलेल्या एका नदीपात्रातील नऊ वर्षांची पाण्याची पातळी पुढील सारणीत दाखविली आहे. त्यावरून वृत्तिदर्शक

न्यूनतम वर्ग समाश्रयण रेषेचे सूत्र ठरवा व आलेखावर त्याचे निर्देशन करा. सलग १० व्या वर्षी पातळी किती असेल ते ठरवा.

वर्ष	पाण्याची पातळी (मी.)
1	10.95
2	11.80
3	11.05
4	12.75
5	14.72
6	19.50
7	24.66
8	31.78
9	38.90

यावरून पुढील सारणी तयार करावी लागेल.

सारणी १२

x	y	dx	d^{x2}	dxy
1	10.95	-4	16	-43.8
2	11.80	-3	9	-35.4
3	11.05	-2	4	-22.1
4	12.75	-1	1	-12.75
5	14.72	0	0	0
6	19.50	1	1	19.5
7	24.66	2	4	49.32
8	31.78	3	9	95.34
9	38.90	4	16	155.6
	176.11	0	60	205.71

समाश्रयण रेषेचे सूत्र $Y = a + b x$

$$b = \frac{\sum d \times y}{\sum dy^2} = \frac{205.71}{60} = 3.43$$

$$a = \frac{\sum y}{n} = \frac{176.11}{9} = 19.57$$

म्हणजेच, y = 19.57 + 3.42 x

या सूत्रानुसार x च्या dx = - 4 व x = 4

या दोन किमतींसाठी y च्या किंमती ठरवू

$$y = 19.57 + 3.42 (-4)$$

$$y = 5.89$$

व

$$y = 19.57 + 3.42 (4)$$

$$y = 33.25$$

विकीर्णालेख काढून त्यात ही रेषा काढावी (आ. १८)

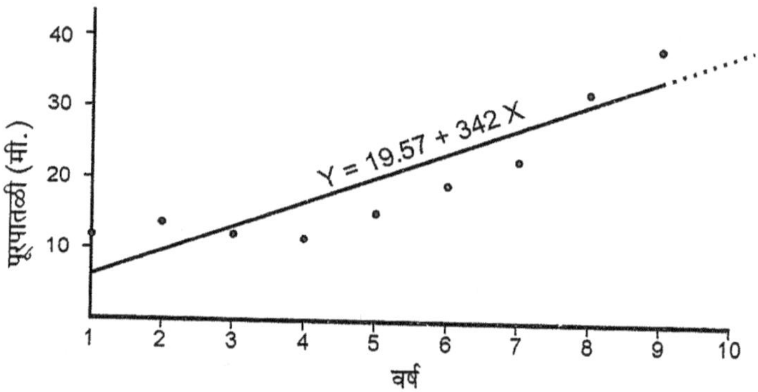

आकृती १८

१० व्या वर्षी dx ची किंमत + 5 अशी असेल (वरील सारणी पाहा). त्यामुळे १० व्या वर्षीची पूरपातळी काढण्यासाठी x ची म्हणजेच dx ची १० ही किंमत घ्यावी लागेल. त्यामुळे त्यावर्षी

$$y = a + bx$$

$$= 19.57 + 3.42 (5)$$

$$= 19.57 + 17.10$$

= 36.67 मीटर ही पातळी असेल आ १८ मध्ये ही किंमत एवढीच येते असे लक्षात येईल.

❑

सांख्यिकी सारणी

Table I. Distribution of t

Probability

n	.9	.8	.7	.6	.5	.4	.3	.2	.1	.05	.02	.01	.001
1	.158	.325	.510	.727	1.000	1.376	1.963	3.078	6.314	12.706	31.821	63.657	636.619
2	.142	.289	.445	.617	.816	1.061	1.386	1.886	2.920	4.303	6.965	9.925	31.598
3	.137	.277	.424	.584	.765	.978	1.250	1.638	2.353	3.182	4.541	5.841	12.924
4	.134	.271	.414	.569	.741	.941	1.190	1.533	2.132	2.776	3.747	4.604	8.610
5	.132	.267	.408	.559	.727	.920	1.156	1.476	2.015	2.571	3.365	4.032	6.869
6	.131	.265	.404	.553	.718	.906	1.134	1.440	1.943	2.447	3.143	3.707	5.959
7	.130	.263	.402	.549	.711	.896	1.119	1.415	1.895	2.365	2.998	3.499	5.408
8	.130	.262	.399	.546	.706	.889	1.108	1.397	1.860	2.306	2.896	3.355	5.041
9	.129	.261	.398	.543	.703	.883	1.100	1.383	1.833	2.262	2.821	3.250	4.781
10	.129	.260	.397	.542	.700	.879	1.093	1.372	1.812	2.228	2.764	3.169	4.587
11	.129	.260	.396	.540	.697	.876	1.088	1.363	1.796	2.201	2.718	3.106	4.437
12	.128	.259	.395	.539	.695	.873	1.083	1.356	1.782	2.179	2.681	3.055	4.318
13	.128	.259	.394	.538	.694	.870	1.079	1.350	1.771	2.160	2.650	3.012	4.221
14	.128	.258	.393	.537	.692	.868	1.076	1.345	1.761	2.145	2.624	2.977	4.140
15	.128	.258	.393	.536	.691	.866	1.074	1.341	1.753	2.131	2.602	2.947	4.073

n	.9	.8	.7	.6	.5	.4	.3	.2	.1	.05	.02	.01	.001
16	.128	.258	.392	.535	.690	.865	1.071	1.337	1.746	2.120	2.583	2.921	4.015
17	.128	.257	.392	.534	.689	.863	1.069	1.333	1.740	2.110	2.567	2.898	3.965
18	.127	.257	.392	.534	.688	.862	1.067	1.330	1.734	2.101	2.552	2.878	3.922
19	.127	.257	.391	.533	.688	.861	1.066	1.328	1.729	2.093	2.539	2.861	3.883
20	.127	.257	.391	.533	.687	.860	1.064	1.325	1.725	2.086	2.528	2.845	3.850
21	.127	.257	.391	.532	.686	.859	1.063	1.323	1.721	2.080	2.518	2.831	3.819
22	.127	.256	.390	.532	.686	.858	1.061	1.321	1.717	2.074	2.508	2.819	3.792
23	.127	.256	.390	.532	.685	.858	1.060	1.319	1.714	2.069	2.500	2.807	3.767
24	.127	.256	.390	.531	.685	.857	1.059	1.318	1.711	2.064	2.492	2.797	3.745
25	.127	.256	.390	.531	.684	.856	1.058	1.316	1.708	2.060	2.485	2.787	3.725
26	.127	.256	.390	.531	.684	.856	1.058	1.315	1.706	2.056	2.479	2.779	3.707
27	.127	.256	.389	.531	.684	.855	1.057	1.314	1.703	2.052	2.473	2.771	3.690
28	.127	.256	.389	.530	.683	.855	1.056	1.313	1.701	2.048	2.467	2.763	3.674
29	.127	.256	.389	.530	.683	.854	1.055	1.311	1.699	2.045	2.462	2.756	3.659
30	.127	.256	.389	.530	.683	.854	1.055	1.310	1.697	2.042	2.457	2.750	3.646
40	.126	.255	.388	.529	.681	.851	1.050	1.303	1.684	2.021	2.423	2.704	3.551
60	.126	.254	.387	.527	.679	.848	1.046	1.296	1.671	2.000	2.390	2.660	3.460
120	.126	.254	.386	.526	.677	.845	1.041	1.289	1.658	1.980	2.358	2.617	3.373
α	.126	.253	.385	.524	.674	.842	1.036	1.282	1.645	1.960	2.326	2.576	3.291

Table II. Distribution of x^2

n	.99	.98	.95	.90	.80	.70	.50	.30	.20	.10	.05	.02	.01	.001
	Probability													
1	$.0^3157$	$.0^3628$	.00393	.0158	.0642	.148	.455	1.074	1.642	2.706	3.841	5.412	6.635	10.827
2	.0201	.0404	.103	.211	.446	.713	1.386	2.408	3.219	4.605	5.991	7.824	9.210	13.815
3	.115	.185	.352	.584	1.005	1.424	2.366	3.665	4.642	6.251	7.815	9.837	11.345	16.266
4	.297	.429	.711	1.064	1.649	2.195	3.357	4.878	5.989	7.779	9.488	11.668	13.277	18.467
5	.554	.752	1.145	1.610	2.343	3.000	4.351	6.064	7.289	9.236	11.070	13.388	15.086	20.515
6	.872	1.134	1.635	2.204	3.070	3.828	5.348	7.231	8.558	10.645	12.592	15.033	16.812	22.457
7	1.239	1.564	2.167	2.833	3.822	4.671	6.346	8.383	9.803	12.017	14.057	16.622	18.475	24.322
8	1.646	2.032	2.733	3.490	4.594	5.527	7.344	9.524	11.030	13.362	15.507	18.168	20.090	26.125
9	2.088	2.532	3.325	4.168	5.380	6.393	8.343	10.656	12.242	14.684	16.919	19.679	21.666	27.877
10	2.558	3.059	3.940	4.865	6.179	7.267	9.342	11.781	13.442	15.987	18.307	21.161	23.209	29.588
11	3.053	3.609	4.575	5.578	6.989	8.148	10.341	12.899	14.631	17.275	19.675	22.618	24.725	31.264
12	3.571	4.178	5.226	6.304	7.807	9.034	11.340	14.011	15.812	18.549	21.026	24.054	26.217	32.909
13	4.107	4.765	5.892	7.042	8.634	9.926	12.340	15.119	16.985	19.812	22.362	25.472	27.688	34.528
14	4.660	5.368	6.571	7.790	9.467	10.821	13.339	16.222	18.151	21.064	23.685	26.873	29.141	36.123
15	5.229	5.985	7.261	8.547	10.307	11.721	14.339	17.322	19.311	22.307	24.996	28.259	30.578	37.697
16	5.812	6.614	7.962	9.312	11.152	12.624	15.338	18.418	20.465	23.542	26.296	29.633	32.000	39.252
17	6.408	7.255	8.672	10.085	12.002	13.531	16.338	19.511	21.615	24.769	27.587	30.993	33.409	40.790
18	7.015	7.906	9.390	10.865	12.857	14.440	17.338	20.601	22.760	25.989	28.859	32.346	34.805	42.312
19	7.633	8.567	10.117	11.651	13.716	15.352	18.338	21.689	23.900	27.204	30.144	33.687	36.191	43.820
20	8.260	9.237	10.851	12.443	14.578	16.266	19.337	22.775	25.038	28.412	31.410	35.020	37.566	45.315
21	8.897	9.915	11.591	13.240	15.445	17.182	20.337	23.858	26.171	29.615	32.671	35.343	38.932	46.797
22	9.542	10.600	12.338	14.041	16.314	18.101	21.337	24.939	27.301	30.813	33.924	37.659	40.289	48.268
23	10.196	11.293	13.091	14.848	17.187	19.021	22.337	26.018	28.429	32.007	35.172	38.968	41.638	49.728
24	10.856	11.992	13.848	15.659	18.062	19.943	23.337	27.096	29.553	33.196	36.415	40.270	42.980	51.179
25	11.524	12.697	14.611	16.473	18.940	20.867	24.337	28.172	30.675	34.382	37.652	41.566	44.314	52.620

26	12.198	13.409	15.379	17.292	19.820	21.792	25.336	29.246	31.795	33.563	38.885	42.856	45.642	54.052
27	12.879	14.125	16.151	18.114	20.703	22.719	26.336	30.319	32.912	36.741	40.113	44.140	46.963	55.476
28	13.565	14.847	16.928	18.939	21.588	23.647	27.336	31.391	34.027	37.916	41.337	45.419	48.278	56.893
29	14.256	15.574	17.708	19.768	22.475	24.577	28.336	32.461	35.139	39.087	42.557	46.693	49.588	58.302
30	14.953	16.306	18.493	20.599	23.364	25.508	29.336	33.530	36.250	40.256	43.773	47.962	50.892	59.703
32	16.362	17.783	20.072	22.271	25.148	27.373	31.336	35.665	38.466	42.585	45.194	50.487	53.486	62.487
34	17.789	19.275	21.664	23.952	26.938	29.242	33.335	37.795	40.676	44.903	48.602	52.995	56.061	65.247
36	19.233	20.783	23.269	25.643	28.735	31.115	35.336	39.922	42.879	47.212	50.999	55.489	58.619	67.985
38	20.691	22.304	24.884	27.343	30.537	32.992	37.335	42.045	45.076	49.513	53.384	57.969	61.162	70.703
40	22.164	23.838	26.509	29.051	32.345	34.872	39.335	44.165	47.269	51.805	55.759	60.435	63.691	73.402
42	23.650	25.383	28.144	30.765	34.157	36.755	41.335	46.282	49.456	54.090	58.124	62.892	66.206	76.084
44	25.148	26.939	29.787	32.487	35.974	38.641	43.335	48.396	51.639	56.369	60.481	65.337	68.710	78.750
46	26.657	28.504	31.439	34.215	37.795	40.529	45.335	50.507	53.818	58.641	62.830	67.771	71.201	81.400
48	28.177	30.080	33.098	35.949	39.621	42.420	47.335	52.616	55.993	60.907	65.171	70.197	73.683	84.037
50	29.707	31.664	34.764	37.689	41.449	44.313	49.335	54.723	58.164	63.167	67.505	72.613	76.154	86.661
52	31.246	33.256	36.437	39.433	43.281	46.209	51.335	56.827	60.332	65.422	69.832	75.021	78.616	89.272
54	2.793	34.856	38.116	41.183	45.117	48.106	53.335	58.930	62.496	67.673	72.153	77.422	81.069	91.872
56	34.350	36.464	39.801	42.937	46.955	50.005	55.335	61.031	64.658	69.919	74.468	79.815	83.513	94.461
58	35.913	38.078	41.492	44.696	48.797	51.906	57.335	63.129	66.816	72.160	76.778	82.201	85.950	97.039
60	37.485	39.699	43.188	46.459	50.641	53.809	59.335	65.227	68.972	74.397	79.082	84.580	88.379	99.607
62	39.063	41.327	44.889	48.226	52.487	55.714	61.335	67.322	71.125	76.630	81.381	86.953	90.802	102.166
64	40.649	42.960	46.595	49.996	54.336	57.620	63.335	69.416	73.276	78.860	83.675	89.320	93.271	104.716
66	42.240	44.599	48.305	51.770	56.188	59.527	65.335	71.508	75.424	81.085	85.965	91.681	95.626	107.258
68	43.838	46.244	50.020	53.548	58.042	61.436	67.335	73.600	77.571	83.308	88.250	94.037	98.028	109.791
70	45.442	47.893	51.739	55.329	59.398	63.346	69.334	75.689	79.715	85.527	90.531	96.388	100.425	112.317

For odd values of n between 30 and 70 the means of the tabular values for n-1 and n+1 may be taken. For larger values of n, the expression $\sqrt{2x^2}-\sqrt{2n-1}$ may be used as a normal deviate with unit variance, remembering that the probability for x2 corresponds with that of a single tail of the normal curve. (For fuller formula see introduction)

Table III. Variance Ratio
5 Per Cent. Points of e^{2z}

n_2 \ n_1	1	2	3	4	5	6	8	12	24	α
1	161.4	199.5	215.7	224.6	230.2	234.0	238.9	243.9	249.0	254.3
2	18.51	19.00	19.16	19.25	19.30	19.33	19.37	19.41	19.45	19.50
3	10.13	9.55	9.28	9.12	9.01	8.94	8.84	8.74	8.64	8.53
4	7.71	6.94	6.59	6.39	6.26	6.16	6.04	5.91	5.77	5.63
5	6.61	5.79	5.41	5.19	5.05	4.95	4.82	4.68	4.53	4.36
6	5.99	5.14	4.76	4.53	4.39	4.28	4.15	4.00	3.84	3.67
7	5.59	4.74	4.35	4.12	3.97	3.87	3.73	3.57	3.41	3.23
8	5.32	4.46	4.07	3.84	3.69	3.58	3.44	3.28	3.12	2.93
9	5.12	4.26	3.86	3.63	3.48	3.37	3.23	3.07	2.90	2.71
10	4.96	4.10	3.71	3.48	3.33	3.22	3.07	2.91	2.74	2.54
11	4.84	3.98	3.59	3.36	3.20	3.09	2.95	2.79	2.61	2.40
12	4.75	3.88	3.49	3.26	3.11	3.00	2.85	2.69	2.50	2.30
13	4.67	3.80	3.41	3.18	3.02	2.92	2.77	2.60	2.42	2.21
14	4.60	3.74	3.34	3.11	2.96	2.85	2.70	2.53	2.35	2.13
15	4.54	3.68	3.29	3.06	2.90	2.79	2.64	2.48	2.29	2.07
16	4.49	3.63	3.24	3.01	2.85	2.74	2.59	2.42	2.24	2.01
17	4.45	3.59	3.20	2.96	2.81	2.70	2.55	2.38	2.19	1.96
18	4.41	3.55	3.16	2.93	2.77	2.66	2.51	2.34	2.15	1.92
19	4.38	3.52	3.13	2.90	2.74	2.63	2.48	2.31	2.11	1.88
20	4.35	3.49	3.10	2.87	2.71	2.60	2.45	2.28	2.08	1.84
21	4.32	3.47	3.07	2.84	2.68	2.57	2.42	2.25	2.05	1.81
22	4.30	3.44	3.05	2.82	2.66	2.55	2.40	2.23	2.03	1.78
23	4.28	3.42	3.03	2.80	2.64	2.53	2.38	2.20	2.00	1.76
24	4.26	3.40	3.01	2.78	2.62	2.51	2.36	2.18	1.98	1.73
25	4.24	3.38	2.99	2.76	2.60	2.49	2.34	2.16	1.96	1.71
26	4.22	3.37	2.98	2.74	2.59	2.47	2.32	2.15	1.95	1.69
27	4.21	3.35	2.96	2.73	2.57	2.46	2.30	2.13	1.93	1.67
28	4.20	3.34	2.95	2.71	2.56	2.44	2.29	2.12	1.91	1.65
29	4.18	3.33	2.93	2.70	2.54	2.43	2.28	2.10	1.90	1.64
30	4.17	3.32	2.92	2.69	2.53	2.42	2.27	2.09	1.89	1.62
40	4.08	3.23	2.84	2.61	2.45	2.34	2.18	2.00	1.79	1.51
60	4.00	3.15	2.76	2.52	2.37	2.25	2.10	1.92	1.70	1.39
120	3.92	3.07	2.68	2.45	2.29	2.17	2.02	1.83	1.61	1.25
α	3.84	2.99	2.60	2.37	2.21	2.10	1.94	1.75	1.52	1.00

Lower 5 per cent. points are found by intercharge of n_1 and n_a, i.e. n_1 must always correspond with the greater mean square.

Table III. VARIANCE RATIO

1 PerCent. Points of e^{2z}

n_2 \ n_1	1	2	3	4	5	6	8	12	24	α
1	4052	4999	5403	5625	5764	5859	5982	6106	6234	6366
2	58.50	99.00	99.17	99.25	99.30	99.33	99.37	99.45	99.46	99.50
3	34.12	30.82	29.46	28.71	28.24	27.91	27.49	27.05	26.06	26.12
4	21.20	18.00	16.69	15.98	15.52	15.21	14.80	14.37	13.93	13.46
5	16.26	13.27	12.06	11.39	10.97	10.67	10.29	9.89	9.47	9.02
6	13.74	10.92	9.78	9.15	8.75	8.47	8.10	7.72	7.31	6.88
7	12.25	9.55	8.45	7.85	7.46	7.19	6.84	6.47	6.07	5.65
8	11.26	8.65	7.59	7.01	6.63	6.37	6.03	5.67	5.28	4.86
9	10.56	8.02	6.99	6.42	6.06	5.80	5.47	5.11	4.73	4.31
10	10.04	7.56	6.55	5.99	5.64	5.39	5.06	4.71	4.33	3.91
11	9.65	7.20	6.22	5.67	5.32	5.07	4.74	4.40	4.02	3.60
12	9.33	6.93	5.95	5.41	5.06	4.82	4.50	4.16	3.78	3.36
13	9.07	6.70	5.74	5.20	4.86	4.62	4.30	3.96	3.59	3.16
14	8.86	6.51	5.56	5.03	4.69	4.46	4.14	3.80	3.43	3.00
15	8.68	6.36	5.42	4.89	4.56	4.32	4.00	3.67	3.29	2.87
16	8.53	6.23	5.29	4.77	4.44	4.20	3.89	3.55	3.18	2.75
17	8.40	6.11	5.18	4.67	4.34	4.10	3.79	3.45	3.08	2.65
18	8.28	6.01	5.09	4.58	4.25	4.01	3.71	3.37	3.00	2.57
19	8.18	5.93	5.01	4.50	4.17	3.94	3.63	3.30	2.92	2.49
20	8.10	5.85	4.94	4.43	4.10	3.87	3.56	3.23	2.86	2.42
21	8.02	5.78	4.87	4.37	4.04	3.81	3.51	3.17	2.80	2.36
22	7.94	5.72	4.48	4.31	3.99	3.76	3.45	3.12	2.75	2.31
23	7.88	5.66	4.76	4.26	3.94	3.71	3.41	3.07	2.70	2.26
24	7.82	5.61	4.72	4.22	3.90	3.67	3.36	3.03	2.66	2.21
25	7.77	5.57	4.68	4.18	3.86	3.63	3.32	2.99	2.62	2.17
26	7.72	5.53	4.64	4.14	3.82	3.59	3.29	2.96	2.58	2.13
27	7.68	5.49	4.60	4.11	3.78	3.56	3.26	2.93	2.55	2.10
28	7.64	5.45	4.57	4.07	3.75	3.53	3.23	2.90	2.52	2.06
29	7.60	5.42	4.54	4.04	3.73	3.50	3.20	2.87	2.49	2.03
30	7.56	5.39	4.51	4.02	3.70	3.47	3.17	2.84	2.47	2.01
40	7.31	5.18	4.31	3.83	3.51	3.29	2.99	2.66	2.29	1.80
60	7.08	4.08	4.13	3.65	3.34	3.12	2.82	2.50	2.12	1.60
120	6.85	4.79	3.95	3.48	3.17	2.96	2.66	2.34	1.95	1.38
α	6.64	4.60	3.78	3.32	3.02	2.80	2.51	2.18	1.79	1.00

Lower 1 per cent. points are found by intercharge of n_1 and n_2, i.e. n_1 must always correspond with the greater mean square.

Table IV : Critical Values of D in the Kolmogorov - Smirnov Goodness of Fit Test[2]

Sample Size (n)	Level of Significance for D= Maximum $\lvert F(x)-S_n(x) \rvert$				
	.20	.15	.10	.05	.01
1	.900	.925	.950	.975	.995
2	.684	.726	.776	.842	.929
3	.565	.597	.642	.708	.828
4	.494	.525	.564	.624	.733
5	.446	.474	.510	.565	.669
6	.410	.436	.470	.521	.618
7	.381	.405	.438	.485	.577
8	.358	.381	.411	.457	.343
9	.339	.360	.388	.432	.514
10	.322	.342	.368	.410	.490
11	.307	.326	.352	.391	.468
12	.295	.313	.338	.375	.430
13	.284	.302	.325	.361	.433
14	.274	.292	.314	.349	.418
15	.266	.283	.304	.338	.404
16	.258	.274	.295	.328	.392
17	.250	.266	.286	.318	.381
18	.244	.259	.278	.309	.371
19	.237	.252	.272	.301	.363
20	.231	.246	.264	.294	.356
25	.21	.22	.24	.27	.32
30	.19	.20	.22	.24	.29
35	.18	.19	.21	.23	.27
Over 35	$\frac{1.07}{\sqrt{x}}$	$\frac{1.14}{\sqrt{x}}$	$\frac{1.22}{\sqrt{x}}$	$\frac{1.36}{\sqrt{x}}$	$\frac{1.83}{\sqrt{x}}$

The values of D given in the table are critical values associated with selected values of n. Any value of D which is greater than or equal to the tabulated value is significant at the indicated level of significance.

Table V : RANDOM NUMBERS (I)

03 47 43 73 86	36 96 47 36 61	46 98 63 71 62	33 26 16 80 45	60 11 14 10 95
97 74 24 67 62	42 81 14 57 20	42 53 32 37 32	27 07 36 07 51	24 51 79 89 73
16 76 62 27 66	56 50 26 71 07	32 90 79 78 53	13 55 38 58 59	88 97 54 14 10
12 56 85 99 26	96 96 68 27 31	05 03 72 93 15	57 12 10 14 21	88 26 49 81 76
55 59 56 35 64	38 54 82 46 22	31 62 43 09 90	06 18 44 32 53	23 83 01 30 30
16 22 77 94 39	49 54 43 54 82	17 37 93 23 78	87 35 20 96 43	84 26 34 91 64
84 43 17 53 31	57 24 55 06 88	77 04 74 47 67	21 76 33 50 25	83 92 12 06 76
63 01 63 78 59	16 95 55 67 19	98 10 50 71 75	12 86 73 58 07	44 39 52 38 79
33 21 12 34 29	78 64 56 07 82	52 42 07 44 38	15 51 00 13 42	99 66 02 79 54
57 60 86 32 44	09 47 27 96 54	49 17 46 09 62	90 52 84 77 27	08 02 73 43 28
18 18 07 92 46	44 17 16 58 09	79 83 86 19 62	06 76 50 03 10	55 23 64 05 05
26 62 38 97 75	84 16 07 44 99	83 11 46 32 24	20 14 85 88 45	10 93 72 88 71
23 42 40 64 74	82 97 77 77 81	07 45 32 14 08	31 98 94 07 72	93 85 79 10 75
52 36 28 19 95	50 92 26 11 97	00 56 76 31 38	80 22 02 53 53	86 60 41 04 53
37 85 94 35 12	83 39 50 08 30	42 34 07 96 88	54 42 06 87 98	35 85 29 48 39
70 29 17 12 13	40 33 20 38 26	13 89 51 03 74	17 76 37 13 04	07 74 21 19 30
56 62 18 37 35	96 83 50 87 75	97 12 15 93 47	70 33 24 03 54	97 77 46 44 80
99 49 57 22 77	88 42 95 45 73	16 64 36 16 00	04 43 18 66 79	94 77 24 21 90
16 08 15 04 72	33 27 14 34 09	45 59 34 68 49	12 72 07 34 45	99 27 72 95 14
31 16 93 32 43	50 27 89 87 19	20 15 37 00 49	52 85 66 60 44	38 68 88 11 80
68 34 30 13 70	55 74 30 77 40	44 22 78 84 26	04 33 46 09 53	68 07 97 06 57
74 57 25 65 76	59 29 97 68 60	71 91 38 67 54	13 58 18 24 76	15 54 55 95 52
27 42 37 86 53	48 55 90 65 72	96 57 69 36 10	96 46 92 43 45	97 60 49 04 91
00 39 68 29 61	66 37 32 20 30	77 84 57 03 29	10 45 65 04 26	11 04 96 67 34
29 94 98 94 24	68 49 69 10 82	53 75 91 93 30	34 25 20 57 27	40 48 73 51 92
16 90 82 66 59	83 62 64 11 12	67 19 00 71 74	60 47 21 29 68	02 02 37 03 31
11 27 94 75 06	06 09 19 74 66	02 94 37 34 02	76 70 90 30 86	38 45 94 30 38
35 24 10 16 20	33 32 51 26 38	79 78 45 04 91	16 92 53 56 16	03 75 50 95 98
38 23 16 36 38	42 38 97 01 50	87 75 66 81 41	40 01 74 91 62	48 51 84 08 32
31 96 25 91 47	96 44 33 49 13	34 86 82 53 91	00 52 43 48 85	37 55 26 89 62
66 67 40 67 14	64 05 71 95 86	11 05 65 09 68	76 83 20 37 90	57 16 00 11 66
14 90 84 45 11	75 73 88 05 90	52 27 41 14 86	22 98 12 32 08	07 52 74 95 80
68 05 51 18 00	33 96 02 75 19	07 60 62 93 55	59 33 82 43 9o	49 37 38 44 59
20 46 78 73 90	97 51 40 14 02	04 02 33 31 08	30 54 16 49 36	17 06 03 13 30
64 19 58 97 79	15 06 15 93 so	01 90 10 75 06	40 78 78 89 62	02 67 74 17 33
05 26 93 70 60	22 35 85 15 13	92 03 51 59 77	59 56 78 06 83	52 91 05 70 74
07 97 10 88 23	09 98 42 99 64	61 ii 62 99 15	06 51 29 16 93	58 05 77 09 51
68 71 86 85 85	54 87 66 47 54	73 32 08 11 12	44 95 92 63 16	29 56 34 29 48
26 99 61 65 53	58 37 78 80 70	42 10 50 67 42	32 17 55 85 74	94 44 67 16 94
14 65 52 68 75	87 59 36 13 41	26 78 63 06 55	13 08 27 01 50	15 39 39 39 43
17 53 77 58 75	71 41 61 50 72	13 41 94 96 26	44 95 37 36 99	03 96 74 30 83
90 26 59 21 19	23 52 23 33 12	96 93 02 18 39	07 02 18 36 07	25 99 32 70 23
41 23 52 55 99	31 04 49 69 96	10 47 48 45 88	13 41 43 89 20	97 17 14 49 17
60 20 50 81 69	31 99 73 68 68	35 81 33 03 76	24 30 12 48 60	18 99 10 72 34
91 35 38 05 90	94 58 28 41 36	45 37 59 03 09	90 35 57 29 12	82 63 54 65 60
34 50 57 74 37	98 80 33 00 91	09 77 93 19 82	74 94 So 04 04	45 07 31 66 49
85 32 04 39 43	73 81 53 94 79	33 62 46 86 28	08 31 54 46 31	53 94 13 38 47
09 79 13 77 48	73 82 97 12 21	05 03 17 24 83	72 89 44 05 60	35 80 39 94 88
88 75 80 18 14	22 95 75 43 49	39 31 82 22 49	03 48 07 70 37	16 04 61 67 87
90 96 23 70 00	39 00 03 06 go	55 85 78 38 36	94 37 30 69 32	90 89 00 76 33

RANDOM NUMBERS (II)

33 74 23 99 67	61 33 28 69 84	94 62 67 86 24	98 33 41 19 95	47 53 53 38 09
63 38 06 86 54	99 00 65 36 94	02 82 90 23 O7	79 62 67 80 60	75 91 12 81 19
35 30 58 21 46	06 72 17 10 94	35 21 31 75 96	49 28 24 00 49	55 65 79 78 07
63 43 36 82 69	65 51 18 37 88	61 38 44 12 45	32 92 85 88 65	54 34 81 85 35
98 25 37 53 26	01 91 82 81 46	74 71 12 94 97	24 02 71 37 07	03 92 18 66 75
O2 63 21 17 69	71 50 80 89 56	38 15 70 11 48	43 40 45 86 98	00 83 26 91 03
64 55 22 21 82	48 22 28 06 OO	6l 54 13 43 91	82 78 12 23 29	06 66 34 12 27
85 07 26 13 89	01 10 07 82 04	59 63 69 36 03	69 n 15 83 So	13 29 54 19 28
58 54 16 24 15	51 54 44 82 00	62 61 65 04 69	38 18 65 18 97	85 72 13 49 21
34 85 27 84 87	61 48 64 56 26	90 18 48 13 26	37 70 15 42 57	65 65 80 39 07
03 92 18 17 46	S7 99 l6 96 56	30 33 72 85 22	84 64 38 56 98	99 01 30 98 64
62 95 30 27 59	37 75 41 66 48	86 97 80 61 45	23 53 04 01 63	45 76 08 64 27
08 45 93 15 22	60 21 75 46 91	98 77 27 85 42	28 88 61 08 84	69 62 03 42 73
07 08 55 18 40	45 44 75 13 90	24 94 96 61 02	57 55 66 83 15	73·42 37 11 61
01 85 89 95 66	51 10 19 34 88	15 84 97 19 75	12 76 39 43 78	64 63 91 08 25
72 84 71 14 35	19 11 58 49 26	50 11 17 17 76	86 31 57 20 18	95 60 78 46 75
88 78 28 16 84	13 52 53 94 53	75 45 69 30 96	73 89 65 70 31	09 17 43 48 76
45 17 75 65 57	2S 40 19 72 12	25 12 74 75 67	60 40 60 81 19	24 62 01 61 16
96 76 28 12 54	22 01 11 94 25	71 96 16 16 88	68 64 36 74 45	19 59 50 88 92
43 31 67 72 30	24 02 94 08 63	38 31 36 66 02	69 36 38 25 39	48 03 45 15 22
50 44 66 44 21	66 06 58 05 62	68 15 54 35 02	42 35 48 96 32	14 52 41 52 48
22 66 22 15 86	26 63 75 41 99	58 42 36 72 14	58 37 51 18 51	03 37 18 39 11
96 24 40 14 51	23 22 30 83 57	95 67 47 29 83	94 69 40 06 07	18 16 36 78 86
31 73 91 61 19	60 20 72 93 48	98 57 07 23 69	65 95 39 69 58	56 80 30 19 44
78 60 73 99 84	43 89 94 36 45	56 69 47 07 41	90 22 91 07 12	78 35 34 08 72
84 37 90 61 56	70 10 23 98 05	85 11 34 76 60	76 48 45 34 60	01 64 18 39 96
36 67 10 08 33	98 93 35 08 86	99 29 76 29 81	33 34 91 58 93	63 14 52 32 52
07 28 59 07 48	89 64 58 89 75	83 85 62 27 89	30 14 78 56 27	86 63 59 80 02
10 15 83 87 60	79 34 31 66 56	21 48 24 06 93	91 98 94 05 49	01 47 59 38 00
55 19 68 97 65	03 73 52 l6 56	00 53 55 90 27	33 42 29 38 87	22 13 88 83 34
53 81 29 13 39	35 01 30 71 34	62 33 74 82 14	53 73 19 09 03	56 54 29 56 93
51 86 32 68 91	33 98 74 66 99	40 14 71 94 58	45 94 19 38 8l	14 44 99 81 07
35 91 70 29 13	80 03 54 07 27	96 94 78 32 66	50 95 52 74 33	13 80 55 62 54
37 71 67 95 13	20 03 44 95 94	64 85 04 05 72	01 32 90 76 74	53 89 74 60 41
93 66 13 83 27	92 79 64 64 72	28 54 96 53 84	48 14 52 98 94	56 07 93 89 30
02 96 08 45 65	13 05 00 41 84	93 07 54 73 59	21 45 57 09 77	19 48 56 27 44
49 83 43 48 35	82 88 33 69 96	72 36 04 19 76	47 45 15 18 60	82 11 08 95 97
84 60 71 62 46	40 80 81 30 37	34 39 23 05 38	25 15 35 71 30	88 12 57 21 77
18 17 30 88 71	44 91 14 88 47	89 33 30 63 15	56 34 20 47 89	99 82 93 24 98
79 69 10 61 78	71 32 76 95 62	87 00 22 58 40	92 54 01 75 25	43 11 71 99 31
75 93 36 57 83	56 10 14 82 11	74 21 97 90 65	96 42 68 63 86	74 54 13 26 94
38 30 93 19 03	06 28 81 39 38	62 25 06 84 63	61 29 08 93 67	04 31 91 08 09
51 29 50 10 34	31 57 55 95 80	51 97 02 74 77	76 15 48 49 44	28 55 63 77 09
21 31 38 86 24	37 79 81 S3 74	73 24 16 10 33	52 83 90 94 76	70 47 14 54 36
29 01 13 87 88	58 01 39 37 67	42 10 14 20 92	15 55 23 42 45	54 96 09 11 06
95 33 95 22 00	18 74 73 on 18	38 79 58 69 32	81 76 80 26 92	82 80 84 25 39
90 84 60 79 80	24 36 59 87 38	82 07 53 89 35	96 35 23 79 18	05 98 90 07 35
46 40 63 98 82	54 97 20 56 95	15 74 80 08 12	16 46 70 50 80	67 72 16 42 79
30 31 89 03 43	38 46 82 68 72	31 14 82 99 70	80 60 47 18 97	63 49 30 21 30
71 59 73 05 50	08 32 23 71 77	91 01 93 20 49	83 96 59 26 94	66 39 67 98 60

Table VI : Normal Probability integral

00		0	1	2	3	4	5	6	7	8	9
0.0	0.	50000	49601	49202	48803	48405	48006	47608	47210	46812	46414
0.1		46017	45620	45224	44828	44433	44038	43644	43251	42858	42465
0.2		42074	41683	41294	40905	40517	40129	39743	39358	38974	38591
0.3		38209	37828	37448	37070	36693	36317	35942	35569	35197	34827
0.4		34458	34090	33724	33360	32997	32636	32276	31918	31561	31207
0.5		30854	30503	30153	29806	29460	29116	28774	28434	28096	27760
0.6		27425	27093	26763	26435	26109	25785	25463	25143	24825	24510
0.7		24196	23885	23576	23270	22965	22663	22363	22065	21770	21476
0.8		21186	20897	20611	20327	20045	19766	19489	19215	18943	18673
0.9		18406	18141	17879	17619	17361	17106	16853	16602	16354	16109
1.0		15866	15625	15386	15151	14917	14686	14457	14231	14007	13786
1.1		13567	13350	13136	12924	12714	12507	12302	12100	11900	11702
1.2		11507	11314	11123	10935	10749	10565	10383	10204	10027	98525
1.3	0.0	96800	95098	93418	91759	90123	88508	86915	85343	83793	82264
1.4		80757	79270	77804	76359	74934	73529	72145	70781	69437	68112
1.5		66807	65522	64255	63008	61780	60571	59380	58208	57053	55917
1.6		54799	53699	52616	51551	50503	49471	48457	47460	46479	45514
1.7		44565	43633	42716	41815	40930	40059	39204	38364	37538	36727
1.8		35930	35148	34380	33625	32884	32157	31443	30742	30054	39379
1.9		28717	28067	27429	26803	26190	25588	24998	24419	23852	23295
2.0		22750	22216	21692	21178	20675	20182	19699	19226	18763	18309
2.1		17864	17429	17003	16586	16177	15778	15386	15003	14629	14262
2.2		13903	13553	13209	12874	12545	12224	11911	11604	11304	11011
2.3		10724	10444	10170	99031	96419	93867	91375	88940	86563	84242
2.4	0.0^2	81975	79763	77603	75494	73436	71428	69469	67557	65691	63872

2.5		62097	60366	58677	57031	55426	53861	52336	50849	49400	47988
2.6		46612	45271	43965	42692	41453	40246	39070	37926	36811	35726
2.7		34670	33642	32641	31667	30720	29798	28901	28028	27179	26354
2.8		25551	24771	24012	23274	22557	21860	21182	20524	19884	19262
2.9		18658	18071	17502	16948	16411	15889	15382	14890	14412	13949
3.0		13499	13062	12639	12228	11829	11442	11067	10703	10350	10008
3.1	0.0^3	96760	93544	90426	87403	84474	81635	78885	76219	73638	71136
3.2		68714	66367	64095	61895	59765	57703	55706	53774	51904	50094
3.3		48342	46648	45009	43423	41889	40406	38971	37584	36243	34946
3.4		33693	32481	31311	30179	29086	28029	27009	26023	25071	24151
3.5		23263	22405	21577	20778	20006	19262	18543	17849	17180	16534
3.6		15911	15310	14730	14171	13632	13112	12611	12128	11662	11213
3.7		10780	10363	99611	95740	92010	88417	84957	81624	78414	75324
3.8	0.0^4	72348	69483	66726	64072	61517	59059	56694	54418	52228	50122
3.9		48096	46148	44274	42473	40741	39076	37475	35936	34458	33037
4.0		31671	30359	29099	27888	26726	25609	24536	23507	22518	21569
4.1		20658	19783	18944	18138	17365	16624	15912	15230	14575	13948
4.2		13346	12769	12215	11685	11176	10689	10221	97736	93447	89337
4.3	0.0^5	85399	81627	78015	74555	71241	68069	65031	62123	59340	56675
4.4		54125	51685	49350	47117	44979	42935	40980	39110	37322	35612
4.5		33977	32414	30920	29492	28127	26823	25577	24386	23249	22162
4.6		21125	20133	19187	18283	17420	16597	15810	15060	14344	13660
4.7		13008	12386	11792	11226	10686	10171	96796	92113	87648	83391
4.8	0.0^6	79333	75465	71779	68267	64920	61731	58693	55799	53043	50418
4.9		47918	45538	43272	41115	39061	37107	35247	33476	31792	30190

Table VII, Indidual terms, e-m mi/i!, of the Poisson distribution

i	m										i
	0.1	0.2	0.3	0.4	0.5	0.6	0.7	0.8	0.9	1.0	
0	.904837	.818731	.740818	.670320	.606531	.548812	.496585	.449329	.406570	.367879	0
1	.090484	.163746	.222245	.268128	.303265	.329287	.347610	.359463	.365913	.367879	1
2	.004524	.016375	.033337	.053626	.075816	.098786	.121663	.143785	.164661	.183940	2
3	.000151	.001092	.003334	.007150	.012636	.019757	.028388	.038343	.049398	.061313	3
4	.000004	.000055	.000250	.000715	.001580	.002964	.004968	.007669	.011115	.015328	4
5	--	.000002	.000015	.000057	.000158	.000357	.000696	.001227	.002001	.003066	5
6	--	--	.000001	.000004	.000013	.000036	.000081	.000164	.000300	.000511	6
7	--	--	--	--	.000001	.000003	.000008	.000019	.000039	.000073	7
8	--	--	--	--	--	--	.000001	.000002	.000004	.000009	8
9	--	--	--	--	--	--	--	--	--	.000001	9
	1.1	1.2	1.3	1.4	1.5	1.6	1.7	1.8	1.9	2.0	
0	.332871	.301194	.272532	.246597	.223130	.201897	.182684	.165299	.149569	.135335	0
1	.366158	.361433	.354291	.345236	.334695	.323034	.310562	.297538	.284180	.270671	1
2	.201387	.216860	.230289	.241665	.251021	.258428	.263978	.267784	.269971	.270671	2
3	.073842	.086744	.099792	.112777	.125510	.137828	.149587	.160671	.170982	.180447	3
4	.020307	.026023	.032432	.039472	.047067	.055131	.063575	.072302	.081216	.090224	4
5	.004467	.006246	.008432	.011052	.014120	.017642	.021615	.026029	.030862	.036089	5
6	.000819	.001249	.001827	.002579	.003530	.004705	.006124	.007809	.009773	.012030	6
7	.000129	.000214	.000339	.000516	.000756	.001075	.001487	.002008	.002653	.003437	7
8	.000018	.000032	.000055	.000090	.000142	.000215	.000316	.000452	.000630	.000859	8

i											i
	0.1	0.2	0.3	0.4	0.5	0.6	0.7	0.8	0.9	1.0	
9	.000002	.000004	.000008	.000014	.000024	.000038	.000060	.000090	.000133	.000191	9
10	--	.000001	.000001	.000002	.000004	.000006	.000010	.000016	.000025	.000038	10
11	--	--	--	--	--	.000001	.000002	.000003	.000004	.000007	11
12	--	--	--	--	--	--	--	--	.000001	.000001	12
	2.1	2.2	2.3	2.4	2.5	2.6	2.7	2.8	2.9	3.0	
0	.122456	.110803	.100259	.090718	.082085	.074274	.067206	.060810	.055023	.049787	0
1	.257159	.243767	.230595	.217723	.205212	.193111	.181455	.170268	.159567	.149361	1
2	.270016	.268144	.265185	.261268	.256516	.251045	.244964	.238355	.231373	.224042	2
3	.189012	.196639	.203308	.209014	.213763	.217572	.220468	.222484	.223660	.224042	3
4	.099231	.108151	.116902	.125409	.133602	.141422	.148816	.155739	.162154	.168031	4
5	.041677	.047587	.053775	.060196	.066801	.073539	.080360	.087214	.094049	.100819	5
6	.014587	.017448	.020614	.024078	.027834	.031867	.036162	.040700	.045457	.050409	6
7	.004376	.005484	.006773	.008255	.009941	.011836	.013948	.016280	.018832	.021604	7
8	.001149	.001508	.001947	.002477	.003106	.003847	.004708	.005698	.006827	.008102	8
9	.000268	.000369	.000498	.000660	.000863	.001111	.001412	.001773	.002200	.002701	9
10	.000056	.000081	.000114	.000158	.000216	.000289	.000381	.000496	.000638	.000810	10
11	.000011	.000016	.000024	.000035	.000049	.000068	.000094	.000126	.000168	.000221	11
12	.000002	.000003	.000005	.000007	.000010	.000015	.000021	.000029	.000041	.000055	12
13	--	.000001	.000001	.000001	.000002	.000003	.000004	.000006	.000009	.000013	13
14	--	--	--	--	--	.000001	.000001	.000001	.000002	.000003	14
15	--	--	--	--	--	--	--	--	--	.000001	15

i	m 3.1	3.2	3.3	3.4	3.5	3.6	3.7	3.8	3.9	4.0	i
0	.045049	.040762	.036883	.033373	.030197	.027324	.024724	.022371	.020242	.018316	0
1	.139653	.130439	.121714	.113469	.105691	.098365	.091477	.085009	.078943	.073263	1
2	.216461	.208702	.200829	.192898	.184959	.177058	.169233	.161517	.153940	.146525	2
3	.223677	.222616	.220912	.218617	.215785	.212469	.208720	.204588	.200122	.195367	3
4	.173350	.178093	.182252	.185825	.188812	.191222	.193066	.194359	.195119	.195367	4
5	.107477	.113979	.120286	.126361	.132169	.137680	.142869	.147713	.152193	.156293	5
6	.055530	.060789	.066158	.071604	.077098	.082608	.088102	.093551	.098925	.104196	6
7	.024592	.027789	.031189	.034779	.038549	.042484	.046568	.050785	.055115	.059540	7
8	.009529	.011116	.012865	.014781	.016865	.019118	.021538	.024123	.026869	.029770	8
9	.003282	.003952	.004717	.005584	.006559	.007647	.008854	.010185	.011643	.013231	9
10	.001018	.001265	.001557	.001899	.002296	.002753	.003276	.003870	.004541	.005292	10
11	.000287	.000368	.000467	.000587	.000730	.000901	.001102	.001337	.001610	.001925	11
12	.000074	.000098	.000128	.000166	.000213	.000270	.000340	.000423	.000523	.000642	12
13	.000018	.000024	.000033	.000043	.000057	.000075	.000097	.000124	.000157	.000197	13
14	.000004	.000006	.000008	.000011	.000014	.000019	.000026	.000034	.000044	.000056	14
15	.000001	.000001	.000002	.000002	.000003	.000005	.000006	.000009	.000011	.000015	15
16	--	--	--	.000001	.000001	.000001	.000001	.000002	.000003	.000004	16
17	--	--	--	--	--	--	--	--	.000001	.000001	17

	4.1	4.2	4.3	4.4	4.5	4.6	4.7	4.8	4.9	5.0	
0	.016573	.014996	.013569	.012277	.011109	.010052	.009095	.008230	.007447	.006738	0
1	.067948	.062981	.058345	.054020	.049990	.046238	.042748	.039503	.036488	.033690	1
2	.139293	.132261	.125441	.118845	.112479	.106348	.100457	.094807	.089396	.084224	2
3	.190368	.185165	.179799	.174305	.168718	.163068	.157383	.151691	.146014	.140374	3
4	.195127	.194424	.193284	.191736	.189808	.187528	.184925	.182029	.178867	.175467	4
5	.160004	.163316	.166224	.168728	.170827	.172525	.173830	.174748	.175290	.175467	5
6	.109336	.114321	.119127	.123734	.128120	.132270	.136167	.139798	.143153	.146223	6
7	.064040	.068593	.073178	.077775	.082363	.086920	.091426	.095862	.100207	.104445	7
8	.032820	.036011	.039333	.042776	.046329	.049979	.053713	.057517	.061377	.065278	8
9	.014951	.016805	.018793	.020913	.023165	.025545	.028050	.030676	.033416	.036266	9
10	.006130	.007058	.008081	.009202	.010424	.011751	.013184	.014724	.016374	.018133	10
11	.002285	.002695	.003159	.003681	.004264	.004914	.005633	.006425	.007294	.008242	11
12	.000781	.000943	.001132	.001350	.001599	.001884	.002206	.002570	.002978	.003434	12
13	.000246	.000305	.000374	.000457	.000554	.000667	.000798	.000949	.001123	.001321	13
14	.000072	.000091	.000115	.000144	.000178	.000219	.000268	.000325	.000393	.000472	14
15	.000020	.000026	.000033	.000042	.000053	.000067	.000084	.000104	.000128	.000157	15
16	.000005	.000007	.000009	.000012	.000015	.000019	.000025	.000031	.000039	.000049	16
17	.000001	.000002	.000002	.000003	.000004	.000005	.000007	.000009	.000011	.000014	17
18	--	--	.000001	.000001	.000001	.000001	.000002	.000002	.000003	.000004	18
19	--	--	--	--	--	--	--	.000001	.000001	.000001	19

	5.1	5.2	5.3	5.4	5.5	5.6	5.7	5.8	5.9	6.0	
0	.006097	.005517	.004992	.004517	.004087	.003698	.003346	.003028	.002739	.002479	0
1	.031093	.028686	.026455	.024390	.022477	.020708	.019072	.017560	.016163	.014873	1
2	.079288	.074584	.070107	.065852	.061812	.057982	.054355	.050923	.047680	.044618	2
3	.134790	.129279	.123856	.118533	.113323	.108234	.103275	.093452	.093771	.089235	3
4	.171857	.168063	.164109	.160020	.155819	.151528	.147167	.142755	.138312	.133853	4
5	.175294	.174785	.173955	.172821	.171401	.169711	.167770	.165596	.163208	.160623	5
6	.149000	.151480	.153660	.155539	.157117	.158397	.159382	.160076	.160488	.160623	6
7	.108557	.112528	.116343	.119987	.123449	.126717	.129782	.132635	.135268	.137677	7
8	.069205	.073143	.077077	.080991	.084871	.088702	.092470	.096160	.099760	.103258	8
9	.039216	.042261	.045390	.048595	.051866	.055192	.058564	.061970	.065398	.068838	9
10	.020000	.021976	.024057	.026241	.028526	.030908	.033382	.035943	.038585	.041303	10
11	.009273	.010388	.011591	.012882	.014263	.015735	.017298	.018952	.020696	.022529	11
12	.003941	.004502	.005119	.005797	.006537	.007343	.008216	.009160	.010175	.011264	12
13	.001546	.001801	.002087	.002408	.002766	.003163	.003603	.004087	.004618	.005199	13
14	.000563	.000669	.000790	.000929	.001087	.001265	.001467	.001693	.001946	.002228	14
15	.000191	.000232	.000279	.000334	.000398	.000472	.000557	.000655	.000766	.000891	15
16	.000061	.000075	.000092	.000113	.000137	.000165	.000199	.000237	.000282	.000334	16
17	.000018	.000023	.000029	.000036	.000044	.000054	.000067	.000081	.000098	.000118	17
18	.000005	.000007	.000008	.000011	.000014	.000017	.000021	.000026	.000032	.000039	18
19	.000001	.000002	.000002	.000003	.000004	.000005	.000006	.000008	.000010	.000012	19
20	--		.000001	.000001	.000001	.000001	.000002	.000002	.000003	.000004	20
21	--	--	--	--	--	--	--	.000001	.000001	.000001	21

	6.1	6.2	6.3	6.4	6.5	6.6	6.7	6.8	6.9	7.0	
0	.002243	.002029	.001836	.001662	.001503	.001360	.001231	.001114	.001008	.000912	0
1	.013682	.012582	.011569	.010634	.009772	.008978	.003247	.007574	.006954	.006383	1
2	.041729	.039006	.036441	.034029	.031760	.029629	.027623	.025751	.023990	.022341	2
3	.084848	.080612	.076527	.072595	.068814	.065183	.061702	.058368	.055178	.052129	3
4	.012393	.124948	.120530	.116151	.111822	.107553	.103351	.099225	.095182	.091226	4
5	.157860	.154936	.151868	.148674	.145369	.141969	.138490	.134946	.131351	.127717	5
6	.160491	.160100	.159461	.158585	.157483	.156166	.154648	.152939	.151053	.149003	6
7	.139856	.141803	.143515	.144992	.146234	.147243	.148020	.148569	.148895	.149003	7
8	.106640	.109897	.113018	.115994	.118815	.121475	.123967	.126284	.128422	.130377	8
9	.072278	.075707	.079113	.082484	.085811	.089082	.092236	.095415	.098457	.101405	9
10	.044090	.046938	.049841	.052790	.055777	.058794	.061832	.064882	.067935	.070983	10
11	.024450	.026456	.028545	.030714	.032959	.035276	.037661	.040109	.042614	.045171	11
12	.012429	.013669	.014986	.016381	.017853	.019402	.021028	.022728	.024503	.026350	12
13	.005832	.006519	.007263	.008064	.008926	.009850	.010837	.011889	.013005	.014188	13
14	.002541	.002887	.003268	.003687	.004144	.004644	.005186	.005774	.006410	.007094	14
15	.001033	.001193	.001373	.001573	.001796	.002043	.002317	.002618	.002949	.003311	15
16	.000394	.000462	.000540	.000629	.000730	.000843	.000970	.001113	.001272	.001448	16
17	.000141	.000169	.000200	.000237	.000219	.000327	.000382	.000445	.000516	.000596	17
18	.000048	.000058	.000070	.000084	.000101	.000120	.000142	.000168	.000198	.000232	18
19	.000015	.000019	.000023	.000028	.000034	.000042	.000050	.000060	.000072	.000085	19
20	.000005	.000006	.000007	.000009	.000011	.000014	.000017	.000020	.000025	.000030	20
21	.000001	.000002	.000002	.000003	.000003	.000004	.000005	.000007	.000008	.000010	21
22	--	--	.000001	.000001	.000001	.000001	.000002	.000002	.000003	.000003	22
23	--	--	--	--	--	--	--	.000001	.000001	.000001	23

Table VII (continued)

i	m										i
	7.1	7.2	7.3	7.4	7.5	7.6	7.7	7.8	7.9	8.0	
0	.000825	.000747	.000676	.000611	.000553	.000500	.000453	.000410	.000371	.000335	0
1	.005858	.005375	.004931	.004523	.004148	.003803	.003487	.003196	.002929	.002684	1
2	.020797	.019352	.018000	.016736	.015555	.014453	.013424	.012464	.011569	.010735	2
3	.049219	.046444	.043799	.041282	.038889	.036614	.034455	.032407	.030465	.028626	3
4	.087364	.083598	.079934	.076372	.072916	.069567	.066326	.063193	.060169	.057252	4
5	.124057	.120382	.116703	.113031	.109375	.105742	.102142	.098581	.095067	.091604	5
6	.146800	.144458	.141989	.139405	.136718	.133940	.131082	.128156	.125171	.122138	6
7	.148897	.148586	.148074	.147371	.146484	.145421	.144191	.142802	.141264	.139587	7
8	.132416	.133727	.135118	.136318	.137329	.138150	.138783	.139232	.139499	.139587	8
9	.104249	.106982	.109596	.112084	.114440	.116660	.118737	.120668	.122449	.124077	9
10	.074017	.077027	.080005	.082942	.085830	.088661	.091427	.094121	.096735	.099262	10
11	.047774	.050418	.053094	.055797	.058521	.061257	.063999	.066740	.069473	.072190	11
12	.028267	.030251	.032299	.034408	.036575	.038796	.041066	.043381	.045736	.048127	12
13	.015438	.016754	.018137	.019586	.021101	.022681	.024324	.026029	.027794	.029616	13
14	.007829	.008616	.009457	.010353	.011304	.012312	.013378	.014502	.015684	.016924	14
15	.003706	.004136	.004603	.005107	.005652	.006238	.006867	.007541	.008260	.009026	15
16	.001644	.001861	.002100	.002362	.002649	.002963	.003305	.003676	.004078	.004513	16
17	.000687	.000788	.000902	.001028	.001169	.001325	.001497	.001687	.001895	.002124	17
18	.000271	.000315	.000366	.000423	.000487	.000559	.000640	.000731	.000832	.000944	18
19	.000101	.000119	.000141	.000165	.000192	.000224	.000259	.000300	.000346	.000397	19
20	.000036	.000043	.000051	.000061	.000072	.000085	.000100	.000117	.000137	.000159	20
21	.000012	.000015	.000018	.000021	.000026	.000031	.000037	.000043	.000051	.000061	21
22	.000004	.000005	.000006	.000007	.000009	.000011	.000013	.000015	.000018	.000022	22
23	.000001	.000002	.000002	.000002	.000003	.000004	.000004	.000005	.000006	.000008	23

24	--	--	.000001	.000001	.000001	.000001	.000001	.000002	.000002	.000003	24
25	--	--	--	--	--	--	--	.000001	.000001	.000001	25
	8.1	8.2	8.3	8.4	8.5	8.6	8.7	8.8	8.9	9.0	
0	.000304	.000275	.000249	.000225	.000203	.000184	.000167	.000151	.000136	.000123	0
1	.002459	.002252	.002063	.001889	.001729	.001583	.001449	.001326	.001214	.001111	1
2	.009958	.009234	.008560	.007933	.007350	.006808	.006304	.005836	.005402	.004998	2
3	.026885	.025239	.023683	.022213	.020826	.019517	.018283	.017120	.016025	.014994	3
4	.054443	.051740	.049142	.046648	.044255	.041961	.039765	.037664	.035656	.033737	4
5	.088198	.084854	.081576	.078368	.075233	.072174	.069192	.066289	.063467	.060727	5
6	.119067	.115967	.112847	.109716	.106581	.103449	.100328	.097224	.094143	.091090	6
7	.137778	.135848	.133805	.131659	.129419	.127094	.124693	.122224	.119696	.117116	7
8	.139500	.139244	.138823	.138242	.137508	.136626	.135604	.134446	.133161	.131756	8
9	.125550	.126866	.128025	.129026	.129869	.130554	.131084	.131459	.131682	.131756	9
10	.101696	.104031	.106261	.108382	.110388	.112277	.114043	.115684	.117197	.118580	10
11	.074885	.077550	.080179	.032764	.085300	.087780	.090197	.092547	.094823	.097020	11
12	.050547	.052993	.055457	.057935	.060421	.062909	.065393	.067868	.070327	.072765	12
13	.031495	.033426	.035407	.037435	.039506	.041617	.043763	.045941	.048147	.050376	13
14	.018222	.019578	.020991	.022461	.023986	.025565	.027196	.028877	.030608	.032384	14
15	.009840	.010703	.011615	.012578	.013592	.014657	.015773	.016941	.018161	.019431	15
16	.004981	.005485	.006025	.006604	.007221	.007878	.008577	.009318	.010102	.010930	16
17	.002373	.002646	.002942	.003263	.003610	.003985	.004389	.004823	.005289	.005786	17
18	.001068	.001205	.001356	.001523	.001705	.001904	.002121	.002358	.002615	.002893	18
19	.000455	.000520	.000593	.000673	.000763	.000862	.000971	.001092	.001225	.001370	19
20	.000184	.000213	.000246	.000283	.000324	.000371	.000423	.000481	.000545	.000617	20

Table VII (continued)

i	m										i
	8.1	8.2	8.3	8.4	8.5	8.6	8.7	8.8	8.9	9.0	
21	.000071	.000083	.000097	.000113	.000131	.000152	.000175	.000201	.000231	.000264	21
22	.000026	.000031	.000037	.000043	.000051	.000059	.000069	.000081	.000093	.000108	22
23	.000009	.000011	.000013	.000016	.000019	.000022	.000026	.000031	.000036	.000042	23
24	.000003	.000004	.000005	.000006	.000007	.000008	.000009	.000011	.000013	.000016	24
25	.000001	.000001	.000002	.000002	.000002	.000003	.000003	.000004	.000005	.000006	25
26	—	—	—	.000001	.000001	.000001	.000001	.000001	.000002	.000002	26
27	—	—	—	—	—	—	—	—	.000001	.000001	27
	9.1	9.2	9.3	9.4	9.5	9.6	9.7	9.8	9.9	10.0	
0	.000112	.000101	.000091	.000083	.000075	.000068	.000061	.000055	.000050	.000045	0
1	.001016	.000930	.000850	.000778	.000711	.000650	.000594	.000543	.000497	.000454	1
2	.004624	.004276	.003954	.003655	.003378	.003121	.002883	.002663	.002459	.002270	2
3	.014025	.013113	.012256	.011452	.010696	.009987	.009322	.008698	.008114	.007567	3
4	.031906	.030160	.028496	.026911	.025403	.023969	.022606	.021311	.020082	.018917	4
5	.058069	.055494	.053002	.050593	.048266	.046020	.043855	.041770	.039763	.037833	5
6	.088072	.085091	.082154	.079262	.076421	.073632	.070899	.068224	.065609	.063055	6
7	.114493	.111834	.109147	.106438	.103714	.100981	.098246	.095514	.092790	.090079	7
8	.130236	.128609	.126883	.125065	.123160	.121178	.119123	.117004	.114827	.112599	8
9	.131683	.131467	.131113	.130623	.130003	.129256	.128388	.127405	.126310	.125110	9
10	.119832	.120950	.121935	.122786	.123502	.124086	.124537	.124857	.125047	.125110	10
11	.099133	.101158	.103090	.104926	.106661	.108293	.109819	.111236	.112542	.113736	11

	9.1	9.2	9.3	9.4	9.5	9.6	9.7	9.8	9.9	10.0	
12	.075176	.077555	.079895	.082192	.084440	.086634	.088770	.090843	.092847	.094780	12
13	.052623	.054885	.057156	.059431	.061706	.063976	.066236	.068481	.070707	.072908	13
14	.034205	.036067	.037968	.039904	.041872	.043869	.045892	.047937	.050000	.052077	14
15	.020751	.022121	.023540	.025006	.026519	.028076	.029677	.031319	.033000	.034718	15
16	.011802	.012720	.013683	.014691	.015746	.016846	.017992	.019183	.020419	.021699	16
17	.006318	.006884	.007485	.008123	.008799	.009513	.010266	.011058	.011891	.012764	17
18	.003194	.003518	.003867	.004242	.004644	.005074	.005532	.006021	.006540	.007091	18
19	.001530	.001704	.001893	.002099	.002322	.002563	.002824	.003105	.003408	.003732	19
20	.000696	.000784	.000880	.000986	.001103	.001230	.001370	.001522	.001687	.001866	20
21	.000302	.000343	.000390	.000442	.000499	.000563	.000633	.000710	.000795	.000889	21
22	.000125	.000144	.000165	.000189	.000215	.000245	.000279	.000316	.000358	.000404	22
23	.000049	.000057	.000067	.000077	.000089	.000102	.000118	.000135	.000154	.000176	23
24	.000019	.000022	.000026	.000030	.000035	.000041	.000048	.000055	.000064	.000073	24
25	.000007	.000008	.000010	.000011	.000013	.000016	.000018	.000022	.000025	.000029	25
26	.000002	.000003	.000003	.000004	.000005	.000006	.000007	.000008	.000010	.000011	26
27	.000001	.000001	.000001	.000001	.000002	.000002	.000002	.000003	.000004	.000004	27
28	–	–	–	–	.000001	.000001	.000001	.000001	.000001	.000001	28
29	–	–	–	–	–	–	–	–	–	.000001	29
	10.1	10.2	10.3	10.4	10.5	10.6	10.7	10.8	10.9	11.0	
0	.000041	.000037	.000034	.000030	.000028	.000025	.000023	.000020	.000018	.000017	0
1	.000415	.000379	.000346	.000317	.000289	.000264	.000241	.000220	.000201	.000184	1
2	.002095	.001934	.001784	.001646	.001518	.001400	.001291	.001190	.001097	.001010	2
3	.007054	.006574	.006125	.005705	.005313	.004946	.004603	.004283	.003984	.003705	3

Table VII (continued)

	m										
i	10.1	10.2	10.3	10.4	10.5	10.6	10.7	10.8	10.9	11.0	i
4	.017811	.016764	.015773	.014834	.013946	.013107	.012313	.011564	.010856	.010189	4
5	.035979	.034199	.032492	.030855	.029287	.027786	.026350	.024978	.023667	.022415	5
6	.060565	.058139	.055777	.053482	.051252	.049089	.046991	.044960	.042995	.041095	6
7	.087387	.084716	.082072	.079458	.076878	.074334	.071830	.069367	.066949	.064577	7
8	.110326	.108013	.105668	.103296	.100902	.098493	.096072	.093646	.091218	.088794	8
9	.123810	.122415	.120931	.119364	.117720	.116003	.114219	.112375	.110475	.108526	9
10	.125048	.124863	.124559	.124139	.123606	.122963	.122215	.121365	.120418	.119378	10
11	.114817	.115782	.116633	.117368	.117987	.118492	.118882	.119159	.119323	.119378	11
12	.096637	.098415	.100110	.101719	.103239	.104667	.106003	.107243	.108386	.109430	12
13	.075080	.077218	.079318	.081375	.083385	.085344	.087248	.089094	.090877	.092595	13
14	.054165	.056259	.058355	.060450	.062539	.064618	.066683	.068730	.070754	.072735	14
15	.036417	.038256	.040071	.041912	.043777	.045663	.047567	.049485	.051415	.053352	15
16	.023022	.024388	.025795	.027243	.028729	.030252	.031810	.033403	.035026	.036680	16
17	.013678	.014633	.015629	.016666	.017744	.018863	.020022	.021220	.022458	.023734	17
18	.007675	.008292	.008943	.009629	.010351	.011108	.011902	.012732	.013600	.014504	18
19	.004080	.004451	.004848	.005271	.005720	.006197	.006703	.007237	.007802	.008397	19
20	.002060	.002270	.002497	.002741	.003003	.003285	.003586	.003908	.004252	.004618	20
21	.000991	.001103	.001225	.001357	.001502	.001658	.001827	.002010	.002207	.002419	21
22	.000455	.000511	.000573	.000642	.000717	.000799	.000889	.000987	.001093	.001210	22
23	.000200	.000227	.000257	.000290	.000327	.000368	.000413	.000463	.000518	.000578	23
24	.000084	.000096	.000110	.000126	.000143	.000163	.000184	.000208	.000235	.000265	24
25	.000034	.000039	.000045	.000052	.000060	.000069	.000079	.000090	.000103	.000117	25
26	.000013	.000015	.000018	.000021	.000024	.000028	.000032	.000037	.000043	.000049	26

	m										
i	10.1	10.2	10.3	10.4	10.5	10.6	10.7	10.8	10.9	11.0	i
27	.000005	.000006	.000007	.000008	.000009	.000011	.000013	.000015	.000017	.000020	27
28	.000002	.000002	.000003	.000003	.000004	.000004	.000005	.000006	.000007	.000008	28
29	.000001	.000001	.000001	.000001	.000001	.000002	.000002	.000002	.000003	.000003	29
30	--	--	--	--	--	.000001	.000001	.000001	.000001	.000001	30
	11.1	11.2	11.3	11.4	11.5	11.6	11.7	11.8	11.9	12.0	
0	.000015	.000014	.000012	.000011	.000010	.000009	.000008	.000008	.000007	.000006	0
1	.000168	.000153	.000140	.000128	.000116	.000106	.000097	.000089	.000081	.000074	1
2	.000931	.000858	.000790	.000727	.000670	.000617	.000568	.000522	.000481	.000442	2
3	.003445	.003202	.002976	.002764	.002568	.002385	.002214	.002055	.001907	.001770	3
4	.009559	.008965	.008406	.007879	.007382	.006915	.006476	.006062	.005674	.005309	4
5	.021221	.020082	.018997	.017963	.016979	.016043	.015153	.014307	.013504	.012741	5
6	.039259	.037487	.035778	.034130	.032544	.031017	.029549	.028137	.026782	.025481	6
7	.062253	.059979	.057755	.055584	.053465	.051400	.049388	.047432	.045530	.043682	7
8	.086376	.083970	.081579	.079206	.076856	.074529	.072231	.069962	.067725	.065523	8
9	.106531	.104496	.102427	.100328	.098204	.096060	.093900	.091728	.089548	.087364	9
10	.118249	.117036	.115743	.114374	.112935	.111430	.109863	.108239	.106562	.104837	10
11	.119324	.119164	.118899	.118533	.118068	.117508	.116854	.116110	.115281	.114368	11
12	.110375	.111220	.111964	.112607	.113149	.113591	.113933	.114175	.114320	.114363	12
13	.094243	.095820	.097322	.098747	.100093	.101358	.102539	.103636	.104647	.105570	13
14	.074721	.076656	.078553	.080409	.082219	.083982	.085694	.087350	.088950	.090489	14
15	.055294	.057236	.059177	.061110	.063035	.064946	.066841	.068716	.070567	.072391	15
16	.038360	.040065	.041793	.043541	.045306	.047086	.048877	.050678	.052484	.054293	16
17	.025047	.026396	.027780	.029198	.030648	.032129	.033639	.035176	.036739	.038325	17
18	.015446	.016424	.017440	.018492	.019581	.020706	.021865	.023060	.024288	.025550	18
19	.009023	.009682	.010372	.011095	.011852	.012641	.013465	.014322	.015212	.016137	19

	11.1	11.2	11.3	11.4	11.5	11.6	11.7	11.8	11.9	12.0	
20	.005008	.005422	.005860	.006324	.006815	.007332	.007877	.008450	.009051	.009682	20
21	.002647	.002892	.003153	.003433	.003732	.004050	.004388	.004748	.005129	.005533	21
22	.001336	.001472	.001620	.001779	.001951	.002136	.002334	.002547	.002774	.003018	22
23	.000645	.000717	.000796	.000882	.000975	.001077	.001187	.001307	.001435	.001575	23
24	.000298	.000335	.000375	.000419	.000467	.000521	.000579	.000642	.000712	.000787	24
25	.000132	.000150	.000169	.000191	.000215	.000242	.000271	.000303	.000339	.000378	25
26	.000057	.000065	.000074	.000084	.000095	.000108	.000122	.000138	.000155	.000174	26
27	.000023	.000027	.000031	.000035	.000041	.000046	.000053	.000060	.000068	.000078	27
28	.000009	.000011	.000012	.000014	.000017	.000019	.000022	.000025	.000029	.000033	28
29	.000004	.000004	.000005	.000006	.000007	.000008	.000009	.000010	.000012	.000014	29
30	.000001	.000002	.000002	.000002	.000003	.000003	.000003	.000004	.000005	.000005	30
31	--	.000001	.000001	.000001	.000001	.000001	.000001	.000002	.000002	.000002	31
32	--	--	--	--	--	--	--	.000001	.000001	.000001	32
	12.1	12.2	12.3	12.4	12.5	12.6	12.7	12.8	12.9	13.0	
0	.000006	.000005	.000005	.000004	.000004	.000003	.000003	.000003	.000002	.000002	0
1	.000067	.000061	.000056	.000051	.000047	.000042	.000039	.000035	.000032	.000029	1
2	.000407	.000374	.000344	.000317	.000291	.000268	.000246	.000226	.000208	.000191	2
3	.001641	.001522	.001412	.001309	.001213	.001124	.001042	.000965	.000894	.000828	3
4	.004966	.004643	.004341	.004057	.003791	.003541	.003307	.003088	.002882	.002690	4
5	.012017	.011330	.010679	.010062	.009477	.008924	.008400	.007905	.007436	.006994	5
6	.024233	.023037	.021892	.020794	.019744	.018740	.017781	.016864	.015988	.015153	6
7	.041889	.040151	.038467	.036836	.035258	.033733	.032259	.030837	.029464	.028141	7
8	.063358	.061230	.059142	.057095	.055091	.053129	.051212	.049339	.047511	.045730	8
9	.085181	.083000	.080828	.078665	.076515	.074381	.072266	.070171	.068100	.066054	9

	12.1	12.2	12.3	12.4	12.5	12.6	12.7	12.8	12.9	13.0	
10	.103069	.101261	.099418	.097544	.095644	.093720	.091777	.089819	.087849	.085870	10
11	.113376	.112308	.111168	.109959	.108686	.107352	.105961	.104516	.103023	.101483	11
12	.114321	.114180	.113947	.113624	.113215	.112720	.112142	.111484	.110749	.109940	12
13	.106406	.107153	.107811	.108380	.108860	.109251	.109554	.109769	.109897	.109940	13
14	.091965	.093376	.094720	.095994	.097197	.098326	.099381	.100360	.101263	.102087	14
15	.074185	.075946	.077670	.079355	.080997	.082594	.084143	.085641	.087086	.088475	15
16	.056103	.057909	.059709	.061500	.063279	.065043	.066788	.068513	.070213	.071886	16
17	.039932	.041558	.043201	.044859	.046529	.048208	.049895	.051586	.053279	.054972	17
18	.026843	.028167	.029521	.030903	.032312	.033746	.035204	.036683	.038183	.039702	18
19	.017095	.018086	.019111	.020168	.021258	.022379	.023531	.024713	.025925	.027164	19
20	.010342	.011033	.011753	.012504	.013286	.014099	.014942	.015816	.016721	.017657	20
21	.005959	.000409	.006884	.007383	.007908	.008459	.009036	.009640	.010272	.010930	21
22	.003278	.003554	.003849	.004162	.004493	.004845	.005216	.005609	.006023	.006459	22
23	.001724	.001885	.002058	.002244	.002442	.002654	.002880	.003122	.003378	.003651	23
24	.000869	.000958	.001055	.001159	.001272	.001393	.001524	.001665	.001816	.001977	24
25	.000421	.000468	.000519	.000575	.000636	.000702	.000774	.000852	.000937	.001028	25
26	.000196	.000219	.000246	.000274	.000306	.000340	.000378	.000420	.000465	.000514	26
27	.000088	.000099	.000112	.000126	.000142	.000159	.000178	.000199	.000222	.000248	27
28	.000038	.000043	.000049	.000056	.000063	.000071	.000081	.000091	.000102	.001150	28
29	.000016	.000018	.000021	.000024	.000027	.000031	.000035	.000040	.000046	.000052	29
30	.000006	.000007	.000009	.000010	.000011	.000013	.000015	.000017	.000020	.000022	30
31	.000002	.000003	.000003	.000004	.000005	.000005	.000006	.000007	.000008	.000009	31
32	.000001	.000001	.000001	.000002	.000002	.000002	.000002	.000003	.000003	.000004	32
33	--	--	--	.000001	.000001	.000001	.000001	.000001	.000001	.000002	33
34	--	--	--	--	--	--	--	--	--	.000001	34

Table VII (continued)

	m										
i	13.1	13.2	13.3	13.4	13.5	13.6	13.7	13.8	13.9	14	i
0	.000002	.000002	.000002	.000002	.000001	.000001	.000001	.000001	.000001	.000001	0
1	.000027	.000024	.000022	.000020	.000019	.000017	.000015	.000014	.000013	.000012	1
2	.000175	.000161	.000148	.000136	.000125	.000115	.000105	.000097	.000089	.000081	2
3	.000766	.000709	.000657	.000608	.000562	.000520	.000481	.000445	.000411	.000380	3
4	.002510	.002341	.002183	.002035	.001897	.001768	.001648	.001535	.001429	.001331	4
5	.006575	.006180	.005807	.005455	.005123	.004810	.004514	.004236	.003974	.003727	5
6	.014356	.013596	.012872	.012183	.011526	.010902	.010308	.009743	.009206	.008696	6
7	.026867	.025639	.024458	.023322	.022230	.021181	.020173	.019207	.018280	.017392	7
8	.043994	.042304	.040661	.039064	.037512	.036007	.034547	.033132	.031762	.030435	8
9	.064036	.062046	.060088	.058161	.056269	.054410	.052588	.050802	.049054	.047344	9
10	.083887	.081901	.079916	.077936	.075963	.073998	.072046	.070107	.068185	.066282	10
11	.099901	.098281	.096626	.094940	.093227	.091489	.089730	.087953	.086162	.084359	11
12	.109059	.108109	.107094	.106017	.104880	.103687	.102441	.101146	.099804	.098418	12
13	.109898	.109773	.109566	.109279	.108914	.108473	.107957	.107370	.106713	.105989	13
14	.102833	.103500	.104087	.104595	.105024	.105373	.105644	.105836	.105951	.105989	14
15	.089807	.091080	.092291	.093439	.094522	.095539	.096488	.097369	.098181	.098923	15
16	.073530	.075141	.076717	.078255	.079753	.081208	.082618	.083981	.085295	.086558	16
17	.056661	.058345	.060019	.061683	.063333	.064966	.066580	.068173	.069741	.071283	17
18	.041237	.042786	.044348	.045920	.047500	.049086	.050675	.052266	.053856	.055442	18
19	.028432	.029725	.031043	.032385	.033750	.035135	.036539	.037962	.039400	.040852	19
20	.018623	.019619	.020644	.021698	.022781	.023892	.025030	.026193	.027383	.028597	20

m											
i	13.1	13.2	13.3	13.4	13.5	13.6	13.7	13.8	13.9	14	i
21	.011617	.012332	.013074	.013846	.014645	.015473	.016329	.017213	.018125	.019064	21
22	.006917	.007399	.007904	.008433	.008987	.009565	.010168	.010797	.011452	.012132	22
23	.003940	.004246	.004571	.004913	.005275	.005656	.006057	.006478	.006921	.007385	23
24	.002151	.002336	.002533	.002743	.002967	.003205	.003457	.003725	.004008	.004308	24
25	.001127	.001233	.001348	.001470	.001602	.001744	.001895	.002056	.002229	.002412	25
26	.000568	.000626	.000689	.000758	.000832	.000912	.000998	.001091	.001191	.001299	26
27	.000275	.000306	.000340	.000376	.000416	.000459	.000507	.000558	.000613	.000674	27
28	.000129	.000144	.000161	.000180	.000201	.000223	.000248	.000275	.000305	.000337	28
29	.000058	.000066	.000074	.000083	.000093	.000105	.000117	.000131	.000146	.000163	29
30	.000025	.000029	.000033	.000037	.000042	.000047	.000053	.000060	.000068	.000076	30
31	.000011	.000012	.000014	.000016	.000018	.000021	.000024	.000027	.000030	.000034	31
32	.000004	.000005	.000006	.000007	.000008	.000009	.000010	.000012	.000013	.000015	32
33	.000002	.000002	.000002	.000003	.000003	.000004	.000004	.000005	.000006	.000006	33
34	.000001	.000001	.000001	.000001	.000001	.000001	.000002	.000002	.000002	.000003	34
35	--	--	--	--	--	.000001	.000001	.000001	.000001	.000001	35
	14.1	14.2	14.3	14.4	14.5	14.6	14.7	14.8	14.9	15.0	
0	.000001	.000001	.000001	.000001	.000001	--	--	--	--	--	0
1	.000011	.000010	.000009	.000008	.000007	.000007	.000006	.000006	.000005	.000005	1
2	.000075	.000069	.000063	.000058	.000053	.000049	.000045	.000041	.000038	.000034	2
3	.000352	.000325	.000300	.000277	.000256	.000237	.000219	.000202	.000186	.000172	3
4	.001239	.001153	.001073	.000999	.000929	.000864	.000803	.000747	.000694	.000645	4
5	.003494	.003275	.003070	.002876	.002694	.002523	.002362	.002211	.002069	.001936	5

Table VII (continued)

	14.1	14.2	14.3	14.4	14.5	14.6	14.7	14.8	14.9	15.0	
6	.008212	.007752	.007316	.006902	.006510	.006139	.005787	.005454	.005138	.004839	6
7	.016541	.015726	.014946	.014199	.013486	.012804	.012152	.011530	.010937	.010370	7
8	.029153	.027913	.026715	.025559	.024443	.023367	.022330	.021331	.020370	.019444	8
9	.045673	.044040	.042447	.040894	.039380	.037907	.036472	.035078	.033723	.032407	9
10	.064399	.062537	.060700	.058887	.057101	.055343	.053614	.051915	.050247	.048611	10
11	.082547	.080730	.078910	.077089	.075270	.073456	.071648	.069850	.068062	.066287	11
12	.096993	.095530	.094034	.092507	.090951	.089371	.087769	.086148	.084510	.082859	12
13	.105200	.104349	.103437	.102469	.101446	.100371	.099247	.098076	.096862	.095607	13
14	.105951	.105839	.105654	.105396	.105069	.104672	.104209	.103681	.103089	.102436	14
15	.099594	.100195	.100723	.101181	.101567	.101881	.102125	.102298	.102402	.102436	15
16	.087768	.088923	.090021	.091063	.092045	.092967	.093827	.094626	.095361	.096034	16
17	.072795	.074277	.075724	.077135	.078509	.079842	.081133	.082380	.083581	.084736	17
18	.057023	.058596	.060158	.061708	.063243	.064761	.066259	.067735	.069187	.070613	18
19	.042317	.043793	.045277	.046768	.048264	.049763	.051263	.052762	.054257	.055747	19
20	.029834	.031093	.032373	.033673	.034992	.036327	.037678	.039044	.040422	.041810	18
21	.020031	.021025	.022045	.023090	.024161	.025256	.026375	.027517	.028680	.029865	21
22	.012838	.013570	.014329	.015114	.015924	.016761	.017623	.018511	.019424	.020362	22
23	.007870	.008378	.008909	.009462	.010039	.010640	.011264	.011911	.012584	.013280	23

Table VII Individual terms of the Poisson distribution (continued)

	m										
	14.1	14.2	14.3	14.4	14.5	14.6	14.7	14.8	14.9	15.0	
24	.004624	.004957	.005308	.005677	.006065	.006472	.006899	.007345	.007812	.008300	24
25	.002608	.002816	.003036	.003270	.003518	.003780	.004057	.004348	.004656	.004980	25
26	.001414	.001538	.001070	.001811	.001962	.002123	.002294	.002475	.002668	.002873	26
27	.000739	.000809	.000884	.000966	.001054	.001148	.001249	.001357	.001473	.001596	27
28	.000372	.000410	.000452	.000497	.000546	.000598	.000656	.000717	.000784	.000855	28
29	.000181	.000201	.000223	.000247	.000273	.000301	.000332	.000366	.000403	.000442	29
30	.000085	.000095	.000106	.000118	.000132	.000147	.000163	.000181	.000200	.000221	30
31	.000039	.000044	.000049	.000055	.000062	.000069	.000077	.000086	.000096	.000107	31
32	.000017	.000019	.000022	.000025	.000028	.000032	.000035	.000040	.000045	.000050	32
33	.000007	.000008	.000009	.000011	.000012	.000014	.000016	.000018	.000020	.000023	33
34	.000003	.000003	.000004	.000005	.000005	.000006	.000007	.000008	.000009	.000010	34
35	.000001	.000001	.000002.	.000002.	.000002.	.000002.	.000003	.000003	.000004	.000004	35
36	–	.000001	.000001	.000001	.000001	.000001	.000001	.000001	.000002	.000002	36
37	–	–	–	–	–	–	–	.000001	.000001	.000001	37

Table VIII : Binomial Probabilities

n	X	.05	.10	.20	.25	.30	.40	.50	.60	.70	.75	.80	.90	.95
1	0	.9500	.9000	.8000	.7500	.7000	.6000	.5000	.4000	.3000	.2500	.2000	.1000	.0500
	1	.0500	.1000	.2000	.2500	.3000	.4000	.5000	.6000	.7000	.7500	.8000	.9000	.9500
2	0	.9025	.8100	.6400	.5625	.4900	.3600	.2500	.1600	.0900	.0625	.0400	.0100	.0025
	1	.0950	.1800	.3200	.3750	.4200	.4800	.5000	.4800	.4200	.3750	.3200	.1800	.0950
	2	.0025	.0100	.0400	.0625	.0900	.1600	.2500	.3600	.4900	.5625	.6400	.8100	.9025
3	0	.8574	.7223	.5120	.4219	.3430	.2160	.1250	.0640	.0270	.0156	.0080	.0010	.0001
	1	.1354	.2400	.3240	.4219	.4410	.4320	.3750	.2880	.1890	.1406	.0960	.0270	.0071
	2	.0071	.0270	.0960	.1406	.1890	.2880	.3750	.4320	.4410	.4219	.3840	.2430	.1354
	3	.0001	.0010	.0080	.0156	.0270	.0640	.1250	.2160	.3430	.4219	.5120	.7290	.8574
4	0	.8145	.6561	.4096	.3164	.2401	.1296	.0625	.0256	.0081	.0039	.0016	.0001	
	1	.1715	.3916	.4096	.4219	.4116	.3456	.2500	.1536	.0756	.0469	.0256	.0036	.0005
	2	.0135	.0436	.1536	.2109	.2646	.3456	.3750	.3456	.2646	.2109	.1536	.0486	.0135
	3	.0005	.0036	.0256	.0469	.0756	.1536	.2500	.3456	.4116	.4219	.4096	.2916	.1715
	4		.0001	.0016	.0039	.0081	.0256	.0625	.1296	.2401	.3164	.4096	.6561	.8145
5	0	.7738	.5905	.3277	.2373	.1681	.0778	.0313	.0102	.0024	.0010	.0003		
	1	.2036	.3281	.4096	.3955	.3602	.2592	.1562	.0768	.0284	.0146	.0064	.0004	
	2	.0214	.0729	.2048	.2637	.3087	.3456	.3125	.2304	.1323	.0879	.0512	.0081	.0011

Binomial Probabilities

n	X	.05	.10	.20	.25	.30	.40	.50	.60	.70	.75	.80	.90	.95
	3	.0011	.0081	.0512	.0379	.1323	.2304	.3125	.3456	.3087	.2637	.2048	.0729	.0214
	4		.0004	.0064	.0146	.0284	.0768	.1562	.2592	.3602	.3955	.4096	.3281	.2036
	5			.0003	.0010	.0024	.0102	.0313	.0778	.1681	.2373	.3277	.5905	.7738
6	0	.7351	.5314	.2621	.1780	.1176	.0467	.0156	.0041	.0007	.0002	.0001		
	1	.2321	.3543	.3932	.3560	.3025	.1866	.0938	.0369	.0102	.0044	.0015	.0001	
	2	.0305	.0984	.2458	.2966	.3241	.3110	.2344	.1382	.0595	.0330	.0154	.0012	.0001
	3	.0021	.0146	.0819	.1318	.1852	.2765	.3125	.2765	.1852	.1318	.0819	.0146	.0021
	4	.0001	.0012	.0154	.0330	.0595	.1382	.2344	.3110	.3241	.2966	.2458	.0984	.0305
	5		.0001	.0015	.0044	.0102	.0369	.0938	.1866	.3025	.3560	.3932	.3543	.2321
	6			.0001	.0002	.0007	.0041	.0156	.0467	.1176	.1780	.2621	.5314	.7351
7	0	.6983	.4783	.3097	.1335	.0824	.0280	.0078	.0016	.0002	.0001			
	1	.2573	.3720	.3670	.3115	.2471	.1306	.0547	.0172	.0036	.0013	.0004		
	2	.0406	.1240	.2753	.3115	.3177	.2613	.1641	.0774	.0250	.0115	.0043	.0002	
	3	.0036	.0230	.1147	.1730	.2269	.2903	.2734	.1935	.0972	.0577	.0287	.0026	.0002
	4	.0002	.0025	.0287	.0577	.0972	.1935	.2734	.2903	.2269	.1730	.1147	.0230	.0036
	5		.0002	.0043	.0115	.0250	.0774	.1641	.2613	.3177	.3115	.2753	.1240	.0406
	6			.0004	.0013	.0030	.0172	.0547	.1306	.2471	.3115	.3670	.3720	.2573
	7				.0001	.0002	.0016	.0078	.0280	.0824	.1335	.2097	.4783	.6983

(cout.)

Binomial Probabilities (cont.)

n	X	.05	.10	.20	.25	.30	.40	.50	.60	.70	.75	.80	.90	.95
								P						
8	0	.6634	.4305	.1678	.1001	.0576	.0168	.0039	.0007	.0001				
	1	.2793	.3826	.3355	.2670	.1976	.0896	.0312	.0079	.0012	.0004	.0001		
	2	.0515	.1488	.2936	.3115	.2965	.2090	.1094	.0413	.0100	.0038	.0011		
	3	.0054	.0331	.1468	.2076	.2541	.2787	.2188	.1239	.0467	.0231	.0092	.0004	
	4	.0004	.0046	.0459	.0865	.1361	.2322	.2734	.2322	.1361	.0865	.0459	.0046	.0004
	5		.0004	.0092	.0231	.0467	.1238	.2188	.2787	.2541	.2076	.1468	.0331	.0054
	6			.0011	.0038	.0100	.0413	.1094	.2090	.2965	.3115	.2936	.1488	.0515
	7			.0001	.0004	.0012	.0079	.0312	.0896	.1976	.2670	.3355	.3826	.2793
	8					.0001	.0007	.0039	.0168	.0576	.1001	.1678	.4305	.6634
9	0	.6302	.3874	.1342	.0751	.0404	.0101	.0020	.0003					
	1	.2985	.3874	.3020	.2253	.1556	.0605	.0176	.0035	.0004	.0001			
	2	.0628	.1722	.3020	.3003	.2668	.1612	.0703	.0212	.0039	.0012	.0003		
	3	.0077	.0446	.1762	.2336	.2668	.2508	.1641	.0743	.0210	.0087	.0028	.0001	
	4	.0006	.0074	.0661	.1168	.1715	.2508	.2461	.0735	.0735	.0389	.0165	.0008	
	5		.0008	.0165	.0389	.0735	.1672	.2461	.2508	.1715	.1168	.0661	.0074	.0006
	6		.0001	.0028	.0087	.0210	.0743	.1641	.2508	.2668	.2336	.1762	.0446	.0077
	7			.0003	.0012	.0039	.0212	.0703	.1612	.2668	.3003	.3020	.1722	.0683
	8				.0001	.0004	.0035	.0176	.0605	.1556	.2253	.3020	.3874	.2985
	9						.0003	.0020	.0101	.0404	.0751	.1342	.3874	.6302

cont.

n	X	.05	.10	.20	.25	.30	.40	.50	.60	.70	.75	.80	.90	.95
10	0	.5987	.3487	.1074	.0563	.0282	.0060	.0010	.0001					
	1	.3151	.3874	.2684	.1877	.1211	.0403	.0098	.0016	.0001				
	2	.0746	.1937	.3020	.2816	.2335	.1209	.0439	.0106	.0014	.0004	.0001		
	3	.0105	.0574	.2013	.2503	.2668	.2150	.1172	.0425	.0090	.0031	.0008		
	4	.0010	.0112	.0881	.1460	.2001	.2508	.2051	.1115	.0368	.0162	.0055	.0001	
	5	.0001	.0015	.0264	.0584	.1029	.2007	.2461	.2007	.1029	.0584	.0264	.0015	.0001
	6		.0001	.0055	.0162	.0368	.1115	.2051	.2508	.2001	.1460	.0881	.0112	.0010
	7			.0008	.0031	.0090	.0425	.1172	.2150	.2668	.2503	.2013	.0574	.0105
	8			.0001	.0004	.0015	.0106	.0439	.1209	.2335	.2816	.3020	.1937	.0746
	9					.0001	.0016	.0098	.0403	.1211	.1877	.2684	.3874	.3151
	10						.0001	.0010	.0060	.0282	.0563	.1074	.3487	.5987
11	0	.5688	.3138	.0859	.0422	.0198	.0036	.0005						
	1	.3293	.3835	.2362	.1549	.0932	.0266	.0054	.0007					
	2	.0867	.2131	.2953	.2581	.1998	.0887	.0269	.0052	.0005	.0001			
	3	.0137	.0710	.2215	.2581	.2568	.1774	.0806	.0234	.0037	.0011	.0002		
	4	.0014	.0158	.1107	.1721	.2201	.2365	.1611	.0701	.0173	.0064	.0017		
	5	.0001	.0025	.0388	.0803	.1321	.2207	.2256	.1471	.0566	.0268	.0097	.0003	

cont.

Binomial Probabilities (cont.)

n	X	P .05	.10	.20	.25	.30	.40	.50	.60	.70	.75	.80	.90	.95
	6		.0003	.0097	.0268	.0566	.1471	.2256	.2207	.1321	.0803	.0388	.0025	.0001
	7			.0017	.0064	.0173	.0701	.1611	.2365	.2201	.1721	.1107	.0158	.0014
	8			.0002	.0011	.0037	.0234	.0806	.1774	.2568	.2581	.2215	.0710	.0137
	9				.0001	.0005	.0052	.0269	.0887	.1998	.2581	.2953	.2131	.0867
	10						.0007	.0054	.0266	.0932	.1549	.2362	.3835	.3293
	11							.0005	.0036	.0198	.0422	.0859	.3138	.5688
12	0	.5404	.2824	.0687	.0317	.0138	.0022	.0002						
	1	.3413	.3766	.2062	.1267	.0712	.0174	.0029	.0003					
	2	.0988	.2301	.2835	.2323	.1678	.0639	.0161	.0025	.0002				
	3	.0173	.0852	.2362	.2581	.2397	.1419	.0537	.0125	.0015	.0004	.0001		
	4	.0021	.0213	.1329	.1936	.2311	.2128	.1209	.0420	.0078	.0024	.0005		
	5	.0002	.0038	.0532	.1032	.1585	.2270	.1934	.1009	.0291	.0115	.0033		
	6		.0005	.0155	.0402	.0792	.1766	.2256	.1766	.0792	.0402	.0155	.0005	
	7			.0033	.0115	.0291	.1009	.1934	.2270	.1585	.1032	.0532	.0038	.0002
	8			.0005	.0024	.0078	.0420	.1208	.2128	.2311	.1936	.1329	.0213	.0021
	9			.0001	.0004	.0015	.0125	.0537	.1419	.2397	.2581	.2362	.0852	.0173
	10					.0002	.0025	.0161	.0639	.1678	.2323	.2835	.2301	.0988
	11						.0003	.0029	.0174	.0712	.1267	.2062	.3766	.3413
	12							.0002	.0022	.0138	.0317	.0687	.2824	.5404

cont.

n	X	.05	.10	.20	.25	.30	.40	.50	.60	.70	.75	.80	.90	.95
13	0	.5133	.2542	.0550	.0238	.0097	.0013	.0001						
	1	.3512	.3672	.1787	.1029	.0540	.0113	.0016	.0001					
	2	.1109	.2448	.2680	.2059	.1388	.0453	.0095	.0012	.0001				
	3	.0214	.0997	.2457	.2517	.2181	.1107	.0349	.0065	.0006	.0001			
	4	.0028	.0277	.1535	.2097	.2337	.1845	.0873	.0243	.0034	.0009	.0002		
	5	.0003	.0055	.0691	.1258	.1803	.2214	.1571	.0656	.0142	.0047	.0011		
	6		.0008	.0230	.0559	.1030	.1968	.2095	.0312	.0442	.0186	.0058	.0001	
	7		.0001	.0058	.0186	.0442	.1312	.2095	.1968	.1030	.0559	.0230	.0008	
	8			.0011	.0047	.0142	.0656	.1571	.2214	.1803	.1258	.0691	.0055	.0003
	9			.0002	.0009	.0034	.0243	.0873	.1845	.2337	.2097	.1535	.0277	.0028
	10				.0001	.0006	.0065	.0349	.1107	.2181	.2517	.2457	.0997	.0214
	11					.0010	.0012	.0095	.0453	.1388	.2059	.2680	.2448	.1109
	12						.0001	.0016	.0113	.0540	.1029	.1787	.3672	.3512
	13							.0001	.0013	.0097	.0238	.0550	.2542	.5133
14	0	.4877	.2288	.0440	.0178	.0068	.0008	.0001						
	1	.3593	.3559	.1539	.0832	.0407	.0073	.0009	.0001					
	2	.1229	.2570	.2501	.1802	.1134	.0317	.0056	.0006					
	3	.0259	.1142	.2501	.2402	.1943	.0845	.0222	.0033	.0002				

cont.

n	X	.05	.10	.20	.25	.30	.40	.50	.60	.70	.75	.80	.90	.95
	4	.0037	.0349	.1720	.2202	.2290	.1549	.0611	.0136	.0014	.0003			
	5	.0004	.0078	.0860	.1468	.1963	.2066	.1222	.0408	.0066	.0018	.0003		
	6		.0013	.0322	.0743	.1262	.2066	.1833	.0918	.0232	.0082	.0020		
	7		.0002	.0092	.0280	.0618	.1574	.2095	.1574	.0618	.0280	.0092	.0002	
	8			.0020	.0082	.0232	.0918	.1833	.2066	.1262	.0734	.0322	.0013	
	9			.0003	.0018	.0066	.0408	.1222	.2066	.1963	.1468	.0862	.0078	.0004
	10				.0003	.0014	.0136	.0611	.1549	.2290	.2202	.1720	.0349	.0037
	11					.0002	.0033	.0222	.0845	.1943	.2402	.2501	.1142	.0259
	12						.0006	.0056	.0317	.1134	.1802	.2501	.2570	.1229
	13						.0001	.0009	.0073	.0407	.0832	.1539	.3559	.3593
	14							.0001	.0008	.0068	.0178	.0440	.2288	.4877
15	0	.4633	.2059	.0352	.0134	.0047	.0005							
	1	.3658	.3432	.1319	.0668	.0305	.0047	.0005						
	2	.1348	.2669	.2309	.1559	.0916	.0219	.0032	.0003					
	3	.0307	.1285	.2501	.2252	.1700	.0634	.0139	.0016	.0001				
	4	.0049	.0428	.1876	.2252	.2186	.1268	.0417	.0074	.0006	.0001			
	5	.0006	.0105	.1032	.1651	.2061	.1859	.0916	.0245	.0030	.0007	.0001		
	6		.0019	.0430	.0917	.1472	.2066	.1527	.0612	.0116	.0034	.0007		
	7		.0003	.0138	.0393	.0811	.1771	.1964	.1181	.0348	.0131	.0035		
	8			.0035	.0131	.0348	.1181	.1964	.1771	.0811	.0393	.0138	.0003	

n	X	.05	.10	.20	.25	.30	.40	.50	.60	.70	.75	.80	.90	.95
	9			.0007	.0034	.0116	.0612	.1527	.2066	.1472	.0917	.0430	.0019	
	10			.0001	.0007	.0030	.0245	.0916	.1859	.2061	.1651	.1032	.0105	.0006
	11				.0001	.0006	.0074	.0417	.1268	.2186	.2252	.1876	.0428	.0049
	12					.0001	.0016	.0139	.0634	.1700	.2252	.2501	.1285	.0307
	13						.0003	.0032	.0219	.0916	.1559	.2309	.2669	.1348
	14							.0005	.0047	.0305	.0668	.1319	.3432	.3558
	15								.0005	.0047	.0134	.0352	.2059	.4633
20	0	.3585	.1216	.0115	.0032	.0008								
	1	.3774	.2702	.0576	.0211	.0068	.0005							
	2	.1887	.2852	.1369	.0669	.0278	.0031	.0002						
	3	.0596	.1901	.2054	.1339	.0716	.0124	.0011						
	4	.0133	.0898	.2182	.1897	.1304	.0350	.0046	.0003					
	5	.0022	.0319	.1746	.2023	.1789	.0746	.0148	.0013					
	6	.0003	.0089	.1091	.1636	.1916	.1244	.0370	.0049	.0002				
	7		.0020	.0546	.1124	.1643	.1659	.0739	.0146	.0010	.0002			
	8		.0004	.0222	.0609	.1144	.1797	.1201	.0355	.0039	.0008	.0001		
	9		.0001	.0074	.0271	.0654	.1597	.1602	.0710	.0120	.0030	.0005		
	10			.0020	.0099	.0308	.1171	.1762	.1171	.0308	.0099	.0020		
	11			.0005	.0030	.0120	.0710	.1602	.1597	.0654	.0271	.0074	.0001	
	12			.0001	.0008	.0039	.0355	.1201	.1797	.1144	.0609	.0222	.0004	

n	X	.05	.10	.20	.25	.30	.40	.50	.60	.70	.75	.80	.90	.95
	13				.0002	.0010	.0146	.0739	.1659	.1643	.1124	.0546	.0020	
	14					.0002	.0049	.0370	.1244	.1916	.1686	.1091	.0089	.0003
	15						.0013	.0148	.0746	.1789	.2023	.1746	.0319	.0022
	16						.0003	.0046	.0350	.1304	.1897	.2182	.0898	.0133
	17							.0011	.0124	.0716	.1339	.2054	.1901	.0596
	18							.0002	.0031	.0278	.0669	.1369	.2852	.1887
	19								.0005	.0068	.0211	.0576	.2702	.3774
	20									.0008	.0032	.0115	.1216	.3585
25	0	.2774	.0718	.0038	.0008	.0001								
	1	.3650	.1994	.0236	.0063	.0014								
	2	.2305	.2659	.0708	.0251	.0074	.0004							
	3	.0930	.2265	.1358	.0641	.0243	.0019	.0001						
	4	.2690	.1384	.1867	.1175	.0572	.0071	.0004						
	5	.0060	.0646	.1960	.1645	.1030	.0199	.0016						
	6	.0010	.0239	.1633	.1828	.1472	.0442	.0053	.0002					
	7	.0001	.0072	.1108	.1654	.1712	.0800	.0143	.0009					
	8		.0018	.0623	.1241	.1651	.1200	.0322	.0031	.0001				
	9		.0004	.0294	.0781	.1336	.1511	.0609	.0088	.0004				
	10		.0001	.0118	.0417	.0916	.1612	.0974	.0212	.0013	.0002			
	11			.0040	.0189	.0536	.1465	.1328	.0434	.0042	.0007	.0001		
	12			.0012	.0074	.0268	.1139	.1550	.0760	.0115	.0025	.0003		

n	X	.05	.10	.20	.25	.30	.40	.50	.60	.70	.75	.80	.90	.95
	13			.0003	.0025	.0115	.0760	.1550	.1139	.0268	.0074	.0012		
	14			.0001	.0007	.0042	.0434	.1328	.1465	.0536	.0189	.0040		
	15				.0002	.0013	.0212	.0974	.1612	.0916	.0417	.0118	.0001	
	16					.0004	.0088	.0609	.1511	.1336	.0781	.0294	.0004	
	17					.0001	.0031	.0322	.1200	.1651	.1241	.0623	.0018	
	18						.0009	.0143	.0800	.1712	.1654	.1108	.0072	.0002
	19						.0002	.0053	.0442	.1472	.1828	.1633	.0239	.0010
	20							.0016	.0199	.1030	.1645	.1960	.0646	.0060
	21							.0004	.0071	.0572	.1175	.1867	.1384	.0269
	22							.0001	.0019	.0243	.0641	.1358	.2265	.0930
	23								.0004	.0074	.0251	.0708	.2659	.2305
	24									.0014	.0063	.0236	.1994	.3650
	25									.0001	.0008	.0038	.0718	.2774

शब्द सूची

Alternative hypothesis	-	पर्यायी गृहीततत्त्व
Bias	-	पूर्वग्रह
Bimodal	-	द्विमध्यक
Bivariate	-	द्विचल
Calculated value	-	निष्कर्ष मूल्य
Central tendencies	-	केंद्रीय प्रवृत्ती
Class	-	वर्ग
Coefficient	-	सहगुणांक
Contingency table	-	कोष्टक सारणी
Continuous	-	सलग
Column	-	स्तंभ
Correlation	-	सहसंबंध
Counting	-	मोजदाद
Covariance	-	सहविचलन
Cumulative	-	संकलित
Critical region	-	क्रांति क्षेत्र
Cyclic	-	चक्रीय
Data	-	सांख्यिकी
Degrees of freedom	-	विमुक्त संख्यामान
Descriptive statistics	-	वर्णनात्मक संख्याशास्त्र
Deviation	-	विचलन
Discrete	-	खंडित
Dispersion	-	अपस्करण
Distribution	-	वितरण
Equation	-	समीकरण
Error	-	त्रुटी
Expected	-	अपेक्षित
Event	-	प्रसंग
Frequency	-	वारंवारता
Geometric	-	भौमितीय
Harmonic	-	अनुरूप

Histogram	-	स्तंभालेख
Hypothesis	-	गृहीततत्त्व
Independent Variable	-	स्वावलंबी चल
Inferential Statistics	-	निष्कर्षात्मक संख्याशास्त्र
Interval	-	वर्गांतर
Kurtosis	-	शिखरीवृत्ती
Least Squares	-	न्यूनतम वर्ग
Level of rejection	-	त्याज्यतेची पातळी
Level of significance	-	अर्थपूर्णत्वाची पातळी
Leptokurtic	-	अतिशिखरी
Measurement	-	मोजमाप
Mean	-	सरासरी
Median	-	मध्यगा
Mesokurtic	-	मध्यशिखरी
Midmark	-	मध्यमूल्य
Mode	-	बहुलक
Moment	-	केंद्रीय परिमाण
Moving average	-	धावती सरासरी
Multimodal	-	बहुमध्यक
Multivariate	-	बहुचल
Negative	-	ऋण
Nominal	-	नामदर्शक
Nonparametric	-	परिमाणविरहित
Normal	-	प्रसामान्य
Null hypothesis	-	शून्यवत गृहीततत्त्व
Occurrence	-	घटना
Ogive Curve	-	कमानी वक्र
Ordinal	-	क्रमदर्शक
Parametric	-	परिमाणात्मक
Partial Correlation	-	अर्ध - सहसंबंध
Platykurtic	-	न्यून शिखरी
Point estimation method	-	बिंदू अंदाज पद्धती
Polygon	-	बहुभुजाकृती

Positive	-	धन
Population	-	समष्टी
Probability	-	संभाव्यता
Quartile	-	चतुर्थक
Quantitative methods	-	सांख्यिकी पद्धती
Random	-	यादृच्छिक
Random number table	-	यादृच्छिक अंक सारणी
Range	-	कक्षा
Rank order	-	क्रमसूचक श्रेणी
Ratio	-	गुणोत्तर
Regression	-	समाश्रयण
Representative	-	प्रातिनिधिक
Residual	-	अवशिष्ट मूल्य
Row	-	ओळ
Sample	-	प्रतिदर्श / नमूना
Sampling	-	प्रतीचयन
Sampling frame	-	प्रतीचयन व्यूह
Scatter diagram	-	विकीर्णालेख
Space - time	-	अवकाश - काळ
Spatial	-	अभिक्षेत्रीय
Skewness	-	कल
Standard error	-	प्रमाणित त्रुटी
Systematic Sampling	-	क्रमबद्ध प्रतीचयन
Stratified sampling	-	स्तरित प्रतीचयन
Symmetric	-	समात्र
Table	-	सारणी
Tabulated Value	-	कोष्टक मूल्य
Tally Mark	-	दंड चिन्ह
Time Series	-	कालसंदर्भित श्रेणी
Unbias	-	पूर्वग्रहरहित
Unimodal	-	एकमध्यक
Variance	-	प्रचरण

❑

प्रश्नसंच

एका नदीपात्रात दोन्ही तीरांवरून अनेक ठिकाणी गाळाचे नमुने जमा केले गेले. या गाळाचे त्याच्या आकारमानानुसार पृथक्करण केल्यावर केवळ भरड गाळाचे प्रमाण विविध ठिकाणी पुढीलप्रमाणे आढळते.

गाळाचे प्रमाणे %

उजवा तीर	डावा तीर
11.1	12.3
13.8	7.2
15.1	8.3
5.2	3.4
7.8	9.2
7.8	5.4
9.4	11.6
12.3	13.9
10.4	12.3
7.8	13.5

(अ) उजव्या व डाव्या तीरावरील गाळाच्या प्रमाणाची 3 व 6 गटात विभागणी करा. (ब) दंड चिन्हे वापरून वारंवारीता वितरणे मिळवा. ही वितरणे वारंवारीता स्तंभालेख, बहुभुजाकृती व वारंवारता वक्र या पद्धतीनी दाखवा (क) संकलित वारंवारता मिळवून कमानी वक्र तयार करा.

१. वरील माहितीच्या आधारे, उजव्या व डाव्या तीरावरील भरड गाळाच्या प्रमाणाची सरासरी, मध्यगा व बहुलक ठरवा.

२. विविध गटांत वर्गीकृत केलेल्या 'अ' या उपप्रश्नातील वारंवारतेच्या सहाय्याने सरासरी, मध्यगा व बहुलक ठरवा.

३. दोन्ही तीरांवरील भरड गाळाच्या प्रमाणाचे प्रचरण, प्रमाणित विचलन, व त्यांची सापेक्ष चलनशीलता ठरवा.

४. ही दोन्ही वितरणे प्रसामान्य आहेत का? नसल्यास त्यातील शिखरीवृत्ती व कल मोजण्यासाठी, वर्गीकृत न केलेली व वर्गीकृत केलेली सांख्यिकी वापरा

व π^3 आणि π^4 च्या किंमती काढा.

५. एका तालुक्यात विविध खेड्यात आढळणाऱ्या मातीच्या घरांची संख्या पुढील तक्यात दिली आहे. (अ) या सांख्यिकीची सरासरी, मध्यगा व बहुलक काढा. त्यांचे प्रमाणित विचलन किती असेल ते सांगा. (सांख्यिकी वर्गीकृत न करता व वर्गीकृत करून ही परिमाणे मिळवा).

खेडेगाव	मातीच्या घरांची संख्या
1	120
2	140
3	70
4	60
5	70
6	15
7	150
8	180
9	220
10	90
11	100
12	70
13	60
14	70
15	70

या सांख्यिकीचे वितरण, बहुभुजाकृती व कमानी वक्राने दर्शवा. वितरणाची शिखरीवृत्ती व कल ठरवा.

६. स्तरित खडकाने बनलेल्या एका विस्तृत प्रदेशात विविध विदारीत ठिकाणी आढळलेली भूजलाची खोली पुढे दिलेली आहे.

विदारित खडकाची जाडी (मीटर)	भूजल खोली (मीटर)
25	6
28	8
32	10
30	9
15	3
10	4
38	7
40	7

(अ) विदारित खडकाची जाडी व भूजल खोली यांतील सहसंबंध, सहसंबंध-गुणांकाच्या सहाय्याने स्पष्ट करा. त्यासाठी पिअर्सन व स्पीअरमनच्या पद्धती वापरा.

(ब) हा सहसंबंध समाश्रयण रेषेने दाखवा.

(क) या रेषेच्या सहाय्याने भूजल खोलीची अवशिष्ट मूल्ये ठरवा.

७. पुढे दिलेल्या सांख्यिकीची सरासरी व प्रमाणित विचलन ठरवा, व त्यावरून सरासरीची प्रमाणित त्रुटी व त्याच्या विश्वासार्हतेच्या मर्यादा नक्की करा.
3.2, 7.3, 9.1, 11.4, 2.9, 3.8, 12.6, 12.7, 14.1, 15.8

८. एका नदीखोऱ्यात विविध दिशांकडे असलेले डोंगरउतार पुढे दिले आहेत. डोंगरउतारांचे हे वितरण अपेक्षित वितरणापेक्षा फारसे भिन्न नाही.
हे गृहीततत्त्व विश्वासार्हतेच्या 0.05 व 0.01 या पातळ्यांवर ग्राह्य अथवा त्याज्य ठरवा.

उतारांची दिशा	उतारांची संख्या
पूर्व	30
आग्नेय	25
दक्षिण	18
नैऋत्य	10
पश्चिम	22
वायव्य	15

९. एका वाळवंटी प्रदेशात, मैदानी, पठारी व डोंगराळ भागात आढळणाऱ्या धुळीच्या वादळांचे त्याच्या तीव्रतेनुसार केलेले वर्गीकरण पुढील कोष्टकात दिले आहे. त्यावरून काय वर्ग चाचणीच्या सहाय्याने भूरूपाचा प्रकार व वादळाची तीव्रता यांत काहीही संबंध नाही हे गृहीततत्त्व विश्वासार्हतेच्या 0.05 व 0.01

पातळ्यावर तपासून पहा.

भूरूप/वादळाची तीव्रता	अतितीव्र वादळे	मध्यम तीव्रतेची वादळे	सौम्य वादळे
मैदाने	34	62	28
पठारे	27	28	20
डोंगराळ भाग	57	105	52

१०. भारतीय सर्वेक्षण नकाशावर दाखविलेल्या खेड्यांच्या वितरणाच्या अभ्यास करतांना, नकाशावर दोन विरुद्ध बाजूस A_1 व C_3 या चौकोनात एक चौरस सेंमीची जाळी तयार करून त्यातील खेड्यांची संख्या मोजण्यात आली. खेड्यांचे वितरण पुढील सारणीत दाखविले आहे.

A_1 व C_3 या दोन्ही चौकोनातील ही वितरणे एकमेकापासून फारशी भिन्न नाहीत हे K-S चाचणीचा वापर करून तपासा.

A_1 चौकोन	C_3 चौकोन
2	3
5	4
6	7
4	8
3	5
2	3
5	2
6	4

११. पुढील सारणीत सह्याद्री पर्वतात दोन ठिकाणी वारंवार होणाऱ्या भूमिपातांचा विस्तार दिलेला आहे. ही दोन्ही ठिकाणे, भूमिपात विस्ताराच्या सरासरीच्या संदर्भात एकमेकापासून वेगळी नाहीत हे गृहीततत्व 'टी' चाचणीचा वापर करून तपासा.

ठिकाण १	ठिकाण २
(भूमिपाताचा विस्तार, चौ. कि.मी.)	
3.4	2.7
3.7	2.8
3.9	3.2
3.6	3.4
2.7	3.7
1.3	2.3
2.4	1.4

१२. पुढे दिलेल्या तीनही नमुन्यांत फारसा फरक नसून त्यांचे विभागीकरण अर्थपूर्ण आहे. हे गृहीततत्व F - test वापरून तपासा.

नमुना१	नमुना २	नमुना ३
2.4	1.3	1.7
3.9	7.3	6.3
1.2	9.4	9.8
5.3	-	7.3
3.4	-	7.2
1.2	-	7.4
-	-	7.8

१३. एका मिश्र जंगल प्रदेशात नदीप्रवाहांची सरासरी घनता 7.3 असून त्याचे सरासरी विचलन 1.2 आहे. या जंगलप्रदेशात कोणताही भाग यादृच्छिक पद्धतीने निवडल्यास तिथे नद्यांची घनता 7 ते 9, 6 ते 7 ,5 पेक्षा जास्त व बरोबर 10 असेल याची शक्यता ठरवा.

१४. एका शहरातील 1200 घरांपैकी 100 घरे शहराच्या सीमावर्ती प्रदेशात आहेत. 15 घरांचा एका यादृच्छिक नमुना निवडल्यास त्यातील पुढील घटनांच्या संभाव्यता ठरवा.

i) एकही घर सीमावर्ती प्रदेशात नसेल

ii) सर्व घरे सीमावर्ती प्रदेशात असतील

iii) 7 पेक्षा जास्त घरे सीमावर्ती प्रदेशात असतील.

iv) १० घरे सीमावर्ती भागात असतील.

१५. 250 ग्रॅम वजनाच्या एका अवसाद नमुन्यात 15 ग्रॅम दुर्मिळ घटक आढळले. 5 ग्रॅमच्या यादृच्छिक नमुन्यात 2 ग्रॅम व 4 ग्रॅम दुर्मिळ घटक असतील याची संभाव्यता ठरवा.

१६. पुढील सांख्यिकी करता काल संदर्भित श्रेणीचे समाश्रयण समीकरण न्यूनतम वर्गपद्धतीने ठरवा व समाश्रयण रेषा आलेखावर काढा.

वर्ष	घटक
1	10.95
2	11.80
3	11.05
4	12.75
5	14.72
6	19.50
7	24.66
8	31.78
9	38.90

१७. संक्षिप्त टिपा लिहा.

(१) भूगोलातील सांख्यिकीचे स्वरूप

(२) वारंवारता वितरण

(३) कमानी वक्र

(४) अपस्करणाची मापके

(५) सहसंबंध गुणांक

(६) नमुना व प्रतीचयन

(७) क्रमबद्ध प्रतीचयन

(८) स्तरित प्रतीचयन

(९) प्रमाणित त्रुटी

(१०) गृहीततत्त्व

(११) अर्थपूर्णत्वाची पातळी.

उत्तरे

१.	(अ) सरासरी (उजवा तीर)	10.07	(डावा तीर)	9.71
	मध्यगा (उजवा तीर)	9.9	(डावा तीर)	10.4
	बहुलक (उजवा तीर)	7.8	(डावा तीर)	12.3
२.	सरासरी (उजवा तीर)	9.87	(डावा तीर)	9.71
	मध्यगा (उजवा तीर)	9.9	(डावा तीर)	10.4
	बहुलक (उजवा तीर)	7.8	(डावा तीर)	12.3
३.	प्रचरण (उजवा तीर)	9.44	(डावा तीर)	12.87
	प्रमाणित विचलन (उजवा तीर)	3.07	(डावा तीर)	3.58
	सापेक्ष चलनशीलता (उजवा तीर)	30.48	(डावा तीर)	36.86
४.	कल (π_3) (उजवा तीर)	0.193	(डावा तीर)	-0.54
	शिखरीवृत्ती (π_3) (उजवा तीर)	0.66	(डावा तीर)	0.92

५. सरासरी - 99

मध्यगा - 70

बहुलक - 70

प्रमाणित विचलन - 53 . 65

कल - 0. 89

शिखरीवृत्ती - 0.54

६. सहसंबंध गुणांक = 0.71

समीकरण $y = 2.33 + 0.16 x$

७. सरासरी = 9.29, प्रमाणित विचलन = 4.76

प्रमाणित त्रुटी = 5. 017 सरासरीची प्रमाणित त्रुटी = 1.586

८. x^2 चे निष्कर्षमूल्य 12.90 (.05 साठी 11.07)

गृहीततत्त्व दोन्ही पातळ्यावर ग्राह्य (DF = 4 .01) साठी -15.08

९. x^2 चे निष्कर्षमूल्य 4. 02 (05 साठी 9. 48)

गृहीततत्त्व दोन्ही पातळ्यांवर ग्राह्य DF = 4 .01 साठी - 13 .27

१०. सर्वात जास्त फरक D Max = .167, KS = x^2 = 19.2 (निष्कर्षमूल्य)

(D.F. 2,) कोष्टक मूल्य (.05) साठी 5.991

(.01) साठी 9.211

गृहीततत्त्व दोन्ही पातळ्यांवर ग्राह्य.

११. ठिकाण १ - सरासरी ३, प्रमाणित विचलन 0.927

ठिकाण २ - सरासरी 2.785 प्रमाणित विचलन 0.769

t चे निष्कर्षमूल्य - 0.16, DF १२,

t चे कोष्टकमूल्य (0.5 साठी) = 2.179

गृहिततत्त्व ग्राह्य

१२. TSS = 153288.8

BSS = 57.8

WSS = 153231

BSV = 19.26

WSV = 11787

F = BSV / WSV = .0016

F चे कोष्टकमूल्य 5.29 (0.05 पातळीसाठी)

गृहीततत्त्व ग्राह्य.

१३. 0.4495, 0.24504, 0.86214, शून्य

१४. (i) P(0) = 0.0000

(ii) P(15) = 0.0134

(iii) P(8) + P (a) + P(10) + P (11) +.......+ P (15) = 0.9827

१५. P (2) = 0.03337

P (4) = 0.00337

१६. समाश्रयण रेषेचे समीकरण = Y = 19.57 + 3.43 X

❑

References

1. *Davis J. C.* (1973) Statistics and Data Analysis in Geology, John Wiley and sons, New York.
2. *Doornkamp J.C.* and *King C.A.M.* (1971). Numerical Analysis in Geomorphology, Arnold, London.
3. *Ebdon David* (1989) - Statistics for Geographers.
4. *Karlekar Shrikant* and *Kale Mohan* (2006) Statistical analysis of Geographical data, Diamond Publ. Pune.
5. *King L.J.* (1981). Statistical analysis in Geography, Englewood Clifts, prentice - Hall.
6. *Norcliffe G. B.* (1977) Inferential statistics for Geographers, Hutchinson, London.
7. *Rogerson P.A.* (2001) Statistical methods for Geography, SAGE Publ. London.
8. *Shaw G.* and *Wheller D.* (1985) - Statistical Techniques in Geographical Analysis, John Wiley, New York.
9. *Sumner G. N.* (1978) Mathematics for Physical Geographers, Edward Arnold, London.
10. *Taylor P. J.* (1977) Quantitative Methods in Geography, Houghton Miffin, Boston.

❑